மெய்நிகரி

கபிலன் வைரமுத்து

டிஸ்கவரி புக் பேலஸ்

#6, மஹாவீர் காம்ப்ளெக்ஸ், முனுசாமி சாலை,
(பாண்டிச்சேரி கெஸ்ட் ஹவுஸ் அருகில்)
கே.கே.நகர் மேற்கு, சென்னை-600 078.
பேச : 044 48557525, +91 87545 07070

மெய்நிகரி
ஆசிரியர்: **கபிலன் வைரமுத்து**©

MEINIGARI
Author: **Kabilan Vairamuthu**©

Publisher : Discovery Book Palace
First Edition : November - 2020
ISBN : 978-93-89857-43-6
Pages : 176
Book Design : Discovery Team
Inside Art : ஷ்யாம்

Discovery Book Palace (P) Ltd,
6, Mahaveer Complex,
Munusamy Salai, K.K.Nagar West,
Chennai-600 078.
Ph: +91 - 44-4855 7525
Mobile: +91 87545 07070
E-mail: **discoverybookpalace@gmail.com,**
Website: **www.discoverybookpalace.com**

Rs. 200

இந்த நூலில் பிரசுரமாகியுள்ள எந்த ஒரு பகுதியையும் பதிப்பாளரின் எழுத்து பூர்வமான முன்அனுமதி பெறாமல் எடுத்தாள்வதோ, மறுபிரசுரம் செய்வதோ, மொழியாக்கம் செய்வதோ, அச்சு மற்றும் மின்னணு ஊடகங்களில் மறுபதிப்பு செய்வதோ, காப்புரிமைச் சட்டப்படி தடை செய்யப்பட்டுள்ளது. இந்த நூலிலிருந்து குறிப்பிட்ட பகுதிகளை மேற்கோள்காட்டி புத்தக விமர்சனம் செய்ய, ஊடகங்களுக்கு மட்டும் அனுமதி உண்டு.

உங்கள் மொபைல் போனிலிருந்து ஸ்கேன் செய்து டிஸ்கவரி புக் பேலஸின் மொபைல் ஆப்பை டவுன்லோடு செய்து, புத்தகங்களை வாங்குங்கள்.

அலைவரிசை மாறும்...

மெய்நிகர் (virtual) என்ற வேர்சொல்லில் இருந்து வந்தது மெய்நிகரி (virtual engine). மெய்க்கு நிகரான, ஆனால், மெய் அல்லாத சூழல்களைக் குறிக்கிறது மெய்நிகர். அந்தச் சூழல்களை உற்பத்தி செய்யும் எந்திரத்தை அல்லது இயங்குதளத்தைக் குறிக்கிறது மெய்நிகரி. இந்தக் கதைக்கு நூறு சதவிகிதம் பொருந்துகிற தலைப்பாக இதைக் கருதுகிறேன். காட்சி ஊடகம் என்ற கதைக்களம் மட்டும் அதற்குக் காரணம் அல்ல. வாழ்வின் ஒவ்வொரு பொழுதையும் நுட்பமாக அணுகும்போது உண்மைக்கும் இன்மைக்கும் இடைப்பட்ட ஒரு நிலையில் நாம் இயங்குவது புரிகிறது. நம் கண்கள் காணும் ஒவ்வொரு காட்சியையும் ஐம்பூதங்களைத் தாண்டி பல்வேறு சக்திகள் தீர்மானிக்கின்றன. அந்தச் சக்திகளை முழுக்கப் புரிந்துகொள்வதற்குள் நாம் விற்பனையாகிவிடுகிறோம்.

அணுகுமுறையிலும் மொழி அமைப்பிலும் என் முந்தைய நாவல்களில் இருந்து மெய்நிகரி வேறுபட்டிருக்கிறது. தேர்ந்தெடுக்கும் கதைச்சூழல்தான் இந்த மாற்றங்களைத் தருவதாக நம்புகிறேன்.

தற்காலத்தில், ஓர் ஊடகப் பெருநிறுவனம் தமிழ் ஊடகமாகவே இருந்தாலும் அதில் பணியாற்றுகிறவர்கள் தமிழில் மட்டுமே உரையாடுவதில்லை. அந்த எதார்த்தத்தை மீறாமல் இந்த நாவலின் உரையாடலை அமைத்திருக்கிறேன்.

2017ஆம் ஆண்டு வெளிவந்த 'கவண்' திரைப்படத்துக்கு இந்த நாவல் ஒரு தொடக்கப் புள்ளியாகவும் மையமாகவும் அமைந்ததில் மகிழ்ச்சி. இயக்குனர் திரு.கே.வி.ஆனந்த் அவர்களுக்கு நன்றி. மெய்நிகரியின் புதிய பதிப்பை வெளியிடும் டிஸ்கவரி புக் பேலஸ் பதிப்பகத்துக்கு என் மனமார்ந்த நன்றி.

'தலையில் விழுந்தது, பறவை எச்சமா அல்லது மழைத்துளியா?' என்ற கேள்வியின்றி நடை தொடர்வது நம் இயல்பாகிவிட்டது. அந்த நடைபாதையில் இந்த நாவல் சின்னதாய் ஓர் இயல்பு மீறல்.

அன்புடன்,
கபிலன் வைரமுத்து

டெரன்ஸ் பால்... இந்தக் கதையைச் சொல்லும் போதே தன்னைப் பற்றியும் விரிவாகக் கூறுவான். ஆனாலும், அவனுக்கு அறிமுகம் தேவைப்படுகிறது.

டெரன்ஸின் பெற்றோர்கள் கணினித் தமிழர்கள். பெங்களூருவில் ஒரு பன்னாட்டு மென்பொருள் தயாரிப்பு நிறுவனத்தில் உயர்பதவிகளில் பணியாற்றுகிறார்கள். தமிழ்நாட்டில் ஊடகம் பயின்று தமிழ்த் தொலைக்காட்சியில் பணியாற்ற வேண்டும் என்பதுதான் மகனின் விருப்பம். அதன் அடிப்படையில் டெரன்ஸ் பால், திரைப்படக் கல்லூரியில் காட்சி ஊடகக் கல்வி பெற்றான். கிட்டத்தட்ட இரண்டு வருடங்கள் மாடப்புறா தொலைக்காட்சியில் பணியாற்றினான்.

தற்போது மிகவும் மகிழ்ச்சியாக இருக்கிறான். மகிழ்ச்சி என்பதை விட நிறைவு என்பது சரியான வார்த்தையாக இருக்கலாம். படத்தொகுப்பாளர் என்பது இவன் பணிமுகம். 'வீடியோ எடிட்டர்' என்று இவன் ஃபேஸ்புக் புரொஃபைல் சொன்னாலும், ஊடக உலகத்தின் பல கலைகள் தெரிந்தவன். நீர் தளும்பாதவன். தன் புதிய அலுவலகத்தின் படத்தொகுப்பு அறையில் ஒரு புன்னகையோடு அமர்ந்திருக்கிறான்.

மறக்கமுடியாத சில நாட்களைத் திரும்பிப் பார்க்கிறான். தன் அனுபவங்களை ஆவணப்படுத்துவது அவனுக்குப் பிடித்திருந்தாலும், தருணங்கள் சிலவற்றைத் தாண்டிப்போக விரும்புகிறான். இதுவரை தான் எடுத்த புகைப்படங்கள், வீடியோ பதிவுகள் என்று பல தரவுகளையும் தன் எடிட்டிங் டைம்லைனில் அடுக்கி அழகுபடுத்துகிறான். இந்தப் படங்களின் பின்னணியில் தன் பின்னூட்ட குரல்வழி கடந்தகாலம் பற்றிய விவரணைகளை வழங்குகிறான். அவனைப் பாதித்த மனிதர்களைப் பற்றி சிறு குறிப்பு வரைகிறான். நினைவுகள் விரிகின்றன. படத்தொகுப்புதான் இவன் பணி - பொழுதுபோக்கு - எல்லாமே.

1

பத்து நாட்களுக்கு முன்...

மானசாவின் 27ஆவது பிறந்தநாள். எல்லார் முகத்திலும் ஒரு தொடக்கம் தெரியும், இந்தப் படத்தில். அந்த முதல் படப்பிடிப்பை நடத்த, அவள் பிறந்த அந்த நாள் நல்ல நாள் என்று நிலா சுந்தரத்தின் தாய், தேதி குறித்திருந்தார். இந்தப் புகைப்படத் தொகுப்பில் நாங்கள் ஐந்து பேருமே உச்சகட்ட மகிழ்ச்சியில் இருப்போம். பெனாசிர்தான் அந்தச் சாக்கோ வெண்ணிலா கேக்கை வாங்கி வந்தாள். எங்கள் யாருக்குமே சாக்கோவும் பிடிக்காது, வெண்ணிலாவும் பிடிக்காது. ஆனால், பெனாசிரைப் பிடிக்கும். எனக்கு ரொம்பவே பிடிக்கும். அவள் என்ன வாங்கிவந்தாலும் அதை வெட்டிக் கொண்டாடும் திறந்த மனதோடுதான் இருந்தோம்.

மாலை ஆறு மணிக்கு எல்லாரும் ஒன்றுகூடுவதாகச் சொல்லி ஐந்து மணிக்கே சேர்ந்துவிட்டோம். மானசா, தான் புதிதாக வாங்கிய டிஷர்ட் ரொம்ப இறுக்கிப் பிடிக்கிறது என்று சொல்லி மீண்டும் வீட்டுக்குச் சென்று, அவள் எப்போதும் விரும்பும் கவுண்டமணி டிஷர்டுகளில் ஒன்றை அணிந்துகொண்டு திரும்பி வந்தாள். “ஒன்ன தெரியுண்டா எனக்கு!” என்று அதில் எழுதியிருந்தது.

ராகவனுக்கு அன்று மதியம் நல்ல தூக்கம். கசங்கிய சட்டை, கலங்கிய கண்கள், அந்த கண்களின் கிரக்கத்தை மறைக்கும் கண்ணாடி, இரண்டு கோப்பை கேப்பசீனோ ஊற்றித் தோய்த்த சட்டை, அம்மியில் அரைத்த அரைக்கால் சட்டை என்று தன்னுடைய வழக்கமான காஸ்ட்யூமில் வந்திருந்தான்.

"ராகு... இன்னிக்குமா இப்படி?" என்று நிலா சுந்தரம் கேட்டதற்கு, "நாமெல்லாம் என்னிக்குமே ஒரே மாதிரிதான்" என்று, நுனி நாக்கில் இருந்த சினிமா வசனங்களில் ஒன்றை ஒழுகவிட்டான்.

இப்படியொரு கேள்வியைக் கேட்கும் எல்லா தகுதியும் நிலா சுந்தரத்துக்கு உண்டு. 'தில்லுமுல்லு' படத்தில் தேங்காய் சீனிவாசனின் கம்பெனியில் நடந்த நேர்முகத் தேர்வுக்கு, நிலா சுந்தரம் சென்றிருந்தால் ரஜினிக்கு அந்த வேலை கிடைத்திருக்காது. அவ்வளவு பவ்யம். வியக்கவைக்கும் கருப்பு. ஒவ்வொரு வார்த்தையும், அவனைப்போலவே நீட்டாக டக்இன் செய்து வெளியே வரும். தூங்கும்போது கொசு கடித்தால்கூட எழுந்து அந்தக் கொசுவை விரட்டிவிட்டு, அது கடித்த இடத்தை மட்டும் அடித்துக்கொள்கிற அகிம்சைவாதி. இவனைப் பற்றி இன்னும் நிறைய சொல்லவேண்டியிருக்கிறது. சில காட்சிகள் போகட்டும்.

"டெரென்ஸி..." என்று என் பெயரைப் பெண்ணாக்குவதில் பெனாசிருக்கு மிக விருப்பம்.

அன்று அவள் கேக் வாங்கி வந்ததும் முதலில் என்னைத்தான் அழைத்தாள். கேக் பெட்டியைத் திறந்து காட்டினாள். அதில் ஐந்து பேரின் பெயர்களின் முதல் எழுத்துக்களும் 'ராமாபெடெநி' என்று எழுதப்பட்டு, கீழே 'எழுமின் விழிமின்' என்று தொடரும் இருந்தது.

"பெனாசிர்... நாம என்ன ஆன்மிகப் பிரசாரத்துக்கா போறோம்... எதுக்கு இந்த எழுச்சி எமோஷன்?" – நான் கேட்ட கேள்வியை அவள் பார்வையால் கிழித்துக் குப்பையில் வீசினாள்.

அந்தச் சின்ன அறையின் சிராய்ந்த மேஜையில் கேக்கை வைத்து மெழுகுவத்திகளை ஏற்றிவிட்டு கை தட்டினாள். காக்கா கூட்டம்கூட மெதுவாகத்தான் வந்திருக்கும். அதற்குப் பின் என்ன நடந்தது என்று மனநல மருத்துவர் வந்து வயர் மாட்டிப் பார்த்தால்கூட தெரியுமா... தெரியாது. எல்லார் முகங்களும் கேக் அப்பப்பட்டு ஒரு புகைப்படத்துக்குத் தயாரானோம்.

அந்த அப்பியில் தப்பித்த ஒருவன் நிலா சுந்தரம். அவன்தான் இந்தப் புகைப்படத்தை எடுத்தான்.

அருகில் இருந்த ஒரு வைட் மார்க்கரை எடுத்துத் தூக்கிப் பிடித்தான் ராகவன்.

"என்ன அது?" என்று மானசா கேட்க, "நிலா சுந்தரம் சிரிக்கிறான்" - அதைக் கேட்டு பெனாசிர் மிக மிக அழகாகச் சிரித்தாள். அந்தச் சிரிப்பில் மூழ்கித் தத்தளித்தேன்.

"டேய் டெரன்ஸ் பகர்... கேமிராவ பாருடா கொய்யால" - ராகவன் மீது வந்த கோபத்தை நிலா சுந்தரம் என் மீது வீசினான். செல்போனில் எடுத்தப் புகைப்படத்தை உடனே முகநூலில் ஏற்றினான்.

முகநூலில் ஏற்றப்பட்ட சில நொடிகளில் எதிர்பாராத ஒருவரிடம் இருந்து லைக் வந்தது. எல்லாருக்கும் பெருங்கோபம் வந்தாலும் முதலில் அதை வெளிப்படுத்தியது பெனாசிர்தான்.

"நிலா, முதல்ல அந்தப் போட்டோவ ரிமூவ் பண்ணிட்டுத் திரும்பி அப்லோட் பண்ணு" என்று, பெனாசிர் தன் வாக்கியத்தை முடிப்பதற்குள் நிலா சுந்தரம் அதை நிறைவேற்றிவிட்டான்.

"நம்ம நிழலக்கூட அந்த ஆள் சீண்டக்கூடாது!" - இது மானசாவின் வசனம்.

எனக்கும் கோபம் வந்தது. ஆனால், அவர் இல்லாமல் இருந்திருந்தால் எங்கள் ஐந்து பேருக்கும் இந்தத் தொடக்கம் கிடைத்திருக்க வாய்ப்பில்லை. அந்த லைக் வரும்வரை நாங்கள் எதைக் கொண்டாடினோம்? அந்த லைக் மீது எங்களுக்கு ஏன் இவ்வளவு டிஸ்லைக்? 'எந்த ஒரு புகைப்படத்தோடு அல்லது வீடியோ க்ளிப்போடு இந்தப் படத்தொகுப்புக் கதையைத் தொடர்வது?' என்று யோசித்தபோது கிடைத்தது, ஒரு ஷேக்கி இமேஜ்.

2

பத்து மாதங்களுக்கு முன்.

இது, தாம்பரம் சேலையூரில் அமைந்திருக்கும் மாடப்புறா தொலைக்காட்சியின் மாஸ்டர் கான்ஃபரன்ஸ் ரூம். இந்த மிக நீண்ட அறையில் அறுபது நாற்காலிகள். ஒருநாள்கூட இந்த அறை நிறைந்து பார்த்ததில்லை. அதிகபட்சம் பதினைந்து பேர் பங்கு பெறுவர். மீட்டிங் நடக்கிறதோ இல்லையோ, மேஜையில் இருக்கும் கண்ணாடிக் கோப்பைகளில் ஒரு மணி நேரத்துக்கு ஒரு முறை குடிதண்ணீர் மாற்றப்படும்.

மாடப்புறா தொலைக்காட்சியில் நான் ஜூனியர் வீடியோ எடிட்டராக சேர்ந்து ஒரு வருடமாகி யிருந்தது. Terrence Paul - Video Editor - Maadapura TV என்று அச்சிடப்பட்ட என் அடையாள அட்டை இன்னும் சுத்தமாகத்தான் இருந்தது. திரைப்படக் கல்லூரியில் AVID தொழில்நுட்பம் பயன்படுத்தி படத்தொகுப்பு செய்த எனக்கு, இந்த நிறுவனத்தில் MAC அடிப்படையிலான FCP படத்தொகுப்பு முறை எளிதில் கைவரவில்லை. ஆனால், இரண்டு மாதங்களில் நான் சக படத்தொகுப்பாளர்களுக்கு சொல்லித்தரும் நிலைக்கு உயர்ந்துவிட்டேன்.

மாடப்புறாவின் எல்லா நிகழ்ச்சிகளும் எனக்குப் பிடிக்கும். ஆனால், படத்தொகுப்பைத் தவிர வேறெந்தப் பணியிலும் ஈடுபட நிகழ்ச்சியின் தயாரிப்பாளர்கள் என்னை அனுமதிக்கவில்லை.

"ஒன் வேலய மட்டும் புடுங்கு. ஸ்கிரிப்ட், ஷாட்டு, ரன் ஆர்டர்னு புரொடக்ஷன் சைடு தல வைக்காத. இங்க எவனுக்கும் புடிக்காது!" என்று, இரண்டு ஆண்டுகளாக பணியில் இருக்கும் மூத்த படத்தொகுப்பாளர் வேலு அடிக்கடி என் காதில் ஓதுவார். அதனால், எனக்கு வழங்கப்பட்ட 'உணவாகி உயிராகி' என்ற சமையல்கலை நிகழ்ச்சியில் தயாரிப்பாளர் என் அருகில் அமர்ந்து என்ன சொல்கிறாரோ அதை மட்டும் செய்துகொண்டிருந்தேன்.

"சார், அந்த சூப்ப குடிச்சுப் பாத்துட்டு நம்ம தொகுப்பாளர் கொடுக்கிற ரியாக்ஷன் கொஞ்சம் ஜாஸ்தியா இருக்கு சார். ஒரு சூப்ப குடிச்சிட்டு யாரும் இந்த அளவுக்கு ரியாக்ட் பண்ணமாட்டாங்க" என்று, வெகுளித்தனமாக ஒருமுறை சொல்லிவிட்டேன்.

அந்தத் தயாரிப்பாளர், "மக்கள் எதிர்பார்க்கறாங்க தம்பி... எல்லாத்துலயும் ஒரு நாடகம் வேணும்தானே..?" என்று பாப்பையா பாணியில் பதில் அளித்தார். அன்று வேலை முடிந்து, எங்கள் கேன்டீனுக்குச் சென்று சுக்கு காஃபி வாங்கிக் குடித்தேன். ஒவ்வொரு மடக்கு குடிக்கும்போதும் அந்தத் தொகுப்பாளரின் ரியாக்ஷன் கண்முன் வந்துபோனது.

ஐம்புலன்கள் அடக்கி ஆமைபோல் தலைமறைவாக வேலை செய்துகொண்டிருந்த நான், அந்த அழைப்பைச் சற்றும் எதிர்பார்க்கவில்லை. அந்த கான்ஃபரன்ஸ் ரூமில் எனக்கும் ஒரு நாற்காலி காத்துக்கொண்டிருக்கும் என்று நினைக்கவில்லை. நிலையத் தலைவர் சுந்தரம் பிள்ளை ஏற்பாடு செய்திருந்த சந்திப்பு. என்னையும் வரச்சொல்லி அவரிடமிருந்து எஸ்.எம்.எஸ். வந்தது.

நான் அந்த அறையில் நுழைந்தபோது யாரும் இல்லை. ஒவ்வொருவராக வந்தார்கள். இளம் தயாரிப்பாளர்கள் இருவர், மார்க்கெட்டிங் மேனேஜர் பிரேம், சி.இ.ஓ. ராமன் மற்றும் பெயர் தெரியாத சில பெரியவர்கள், இறுதியாக சுந்தரம் பிள்ளை.

சிரிப்பு – கைகுலுக்கல் – விசாரிப்பு எதுவுமின்றி நேரடியாக விஷயத்துக்கு வந்தார், பிள்ளைவாள்...

“சேனல் ரேட்டிங் நாட் ஹெல்தி. நம்ம ரெகுலர் சீரியல்ஸ்கூட வ்யூவர்ஷிப் இழந்திருச்சு. அது இருக்கட்டும். The Need of the hour ரியாலிட்டி ஷோ. அதுல நாம ரொம்ப வீக்கா இருக்கோம். அடுத்த வாரத்துல இருந்து ரியாலிட்டி ஷோக்கு ஒரு புது டீம் ரெக்ரூட் பண்றோம். Names and Ideas are welcome.”

அவர் முடித்ததும், எந்த மாதிரியான நிகழ்ச்சிகளை நம் விளம்பரதாரர்கள் விரும்புவார்கள் என்று மார்க்கெட்டிங் மண்டை பிரேம் மிக விவரமாகப் பட்டியலிட்டார். ஏன் என்ற காரணங்களையும் அடுக்கினார்.

நான் கேட்க நினைத்தக் கேள்வியை, சுந்தரம் பிள்ளை அவரது வயதுக்குரிய கவனத்தோடு முன் வைத்தார்.

“We have to balance between the content quality and market requirement. இரண்டும் நமக்கு இரண்டு கண்கள்” என்று சொன்னவர், அடுத்த வரியில், என்னை அடுத்த கிரகத்தில் மிதக்கவிட்டார்.

“Terrence Paul will be the chief editor for the reality section.”

அங்கிருந்த அனைவருமே இதை எதிர்பார்த்தவர்களைப் போல் எழுந்து கை கொடுத்தார்கள். நான் தரைக்கு வருவதற்குள் எல்லாரும் தண்ணீர் குடித்துக் கிளம்பிவிட்டார்கள்.

கான்ஃபரன்ஸ் அறையில் கேட்டதை உறுதிப்படுத்துவதற்காக சுந்தரம் பிள்ளையின் அறைக்கே சென்றுவிட்டேன்.

“நன்றி சர்” என்று பல் திறந்தேன்.

“புதுசா நமக்கு தயாரிப்பாளர்கள் வேணும். ஸ்க்ரால் எழுதி நாளைல இருந்து ப்ரைம் டைம்ல ஓடவிடச் சொல்லு. பேப்பர்ல விளம்பரம் கொடுக்கச்சொல்லி சொல்லியிருக்கேன். இண்டெர்வ்யூ பேனல்ல நீயும் இருக்க” என்று அவர் முடித்தபோது, அந்தச் சமையல் நிகழ்ச்சித் தொகுப்பாளரின் சூப் ரியாக்‌ஷன் மீண்டும் கண்முன் வந்துபோனது.

என் திறமை, பொறுமை இரண்டும் அங்கீகரிக்கப்பட்டதாக நினைத்தேன். சக படத்தொகுப்பாளர்கள் கைகொடுத்து வாழ்த்தினார்கள். தொலைக்காட்சி அலுவலகத்துக்கு எதிரே இருக்கும் ‘ஆயா டைனிங்’கில் எல்லாருக்கும் பிரியாணி வாங்கிக்கொடுத்தேன்.

அலுவலகம் திரும்பியதும் காண்டீபன் என்ற மூத்த ஒளிப்பதிவாளர், “தம்பி, chief editor ஆயிட்டயாமே..?” – விசாரித்தார்.

“ஆமா சர்... ரியாலிட்டி செக்‌ஷனுக்கு.”

தன் நாற்காலியில் சாய்ந்துகொண்டு, “கைல லெட்டர் வந்துருச்சா?” – ஆர்வமானார்.

“இன்னும் இல்ல சர்.”

“லெட்டர் வந்தபிறகு பிரியாணி வாங்கிக் கொடுத்திருக் கலாமே” என்று அவர் சொன்னதும், பீஸ் இல்லாத பிரியாணியாகக் குறைந்தேன்.

‘அனுபவமிக்க தயாரிப்பாளர்கள் அணுக வேண்டிய முகவரி’ என்று, தொலைக்காட்சியில் ஸ்க்ரால் ஓடத் தொடங்கி விட்டது.

‘இந்த ஸ்க்ராலை யாரெல்லாம் பார்த்துக் கொண்டிருப் பார்கள்..? யாரெல்லாம் விண்ணப்பிக்கப்போகிறார்கள்..? உருவாகப்போகும் அந்தப் புது அணியில் யாரெல்லாம் தயாரிப்பாளர்கள்..? யாரெல்லாம் இணை தயாரிப்பாளர்கள்..? என்னென்ன கனவுகளோடு அவர்கள் வரப்போகிறார்கள்..? நான் அவர்களிடம் எப்படியெல்லாம் நடந்துகொள்ளவேண்டும்?’ – அந்த ஸ்க்ரால் ஓடிக்கொண்டிருந்த அதே வேகத்தில் இந்தக் கேள்விகளும் என் மனதில் ஓடிக்கொண்டிருந்தன.

முதலில் ‘ரியாலிட்டி ஷோ’ என்றால் என்ன? தெரிந்து கொள்ள வேண்டும். விக்கிச்சுவடிகளைத் திறந்தேன்.

Reality television is a genre of television programming that documents unscripted situations and actual occurrences, and often features a previously unknown cast. The genre often highlights personal drama and conflict to a much greater extent than other unscripted television such as documentary shows.

3

சபாஷ்... சரியான விளக்கம்.

இதை அப்படியே கவ்விப்பிடித்துக்கொண்டு நகரவேண்டியதுதான். எவன் கேட்டாலும் இது அல்லது இதுபோன்ற பதிலைச் சொல்வது, நிச்சயம் எனக்கு மரியாதையைத் தருமென்று தோன்றியது.

எங்கள் தொலைக்காட்சியில் ஏற்கெனவே ரியாலிட்டி ஷோ என்ற பெயரில் இரண்டு நிகழ்ச்சிகள் உண்டு. அவற்றைத் தயாரிக்கும் மூத்த தயாரிப்பாளர் சந்திரபாபுதான், இனி உருவாகப்போகும் புதிய அணியை மேற்பார்வை செய்யப்போகிறார். நேர்முகத் தேர்வும் அவர் தலைமையில்தான் நடைபெறும் என்று தெரியவந்தது. அவரைச் சந்தித்துவிடுவது நல்லது எனத் தோன்றியது. அவரது செல்பேசி

எண் வாங்கி அழைத்தபோது, முதல் தளத்தில் இருக்கும் மினி லாபிக்கு என்னை வரச்சொன்னார்.

நான் படித்த அந்த விளக்கத்தை மனதுக்குள் சொல்லிக் கொண்டே படி இறங்கினேன். அந்த அழகான கூடத்துக்குள் நுழைந்தபோதுதான் தெரிந்தது, புதிய தயாரிப்பாளர்களுக்கான நேர்முகத்தேர்வு தொடங்கிவிட்டது என்று. எனக்காகத்தான் காத்திருக்கிறார்கள்.

“என்ன டெரன்ஸ்... உன்னையும் இன்டர்வியூ பேனல்ல இருக்கச்சொல்லி சர் சொன்னத மறந்துட்டயா?” சந்திரபாபு சிரித்தார்.

அவர் அருகில் மின்மினி அமர்ந்திருந்தாள். அவள்தான் சமையல் நிகழ்ச்சியின் இணைத் தயாரிப்பாளர். அவர் கையில் குறைந்தபட்சம் ஐம்பது நபர்களின் தகவல் தாள்கள் இருந்திருக்கும்.

நான் வரவேற்பறையைக் கடந்து வந்தபோது அங்கே ஒரு கூட்டம் வளர்ந்துகொண்டிருந்தது, நினைவுக்கு வந்தது. ‘சரியான நேரத்தில்தான் வந்து சேர்ந்திருக்கிறேன்’ என்று எண்ணிக்கொண்டு, சந்திரபாபுவின் அருகில் இருந்த நாற்காலியில் அமர்ந்தேன். அவரைப் பலமுறைப் பார்த்திருந்தாலும் பழகியதில்லை, பேசியதில்லை. அந்த அந்நியத்தை அவர் மிக அழகாக அலட்சியப்படுத்தினார்.

“எல்லா புரொஃபைலும் பார்த்தேன் டெரன்ஸ்... எதுவும் தேர்ற மாதிரி தெரியல. அஞ்சு நாள் ஸ்க்ரால் ஓடியும் நூறு என்ட்ரிய தாண்டல. நம்ம நாட்டு இளைஞர்களுக்கெல்லாம் வேல கிடச்சிருச்சோனு பயமா இருக்கு!” – என்னிடம் அவர் இவ்வளவு நெருக்கமாகப் பேசுவார் என்று எதிர்பார்க்கவில்லை. அந்த மதிப்பு எனக்கு மிகவும் பிடித்திருந்தது.

“சர், யாரெல்லாம் வந்திருக்காங்களோ... ஒரு தடவ நேர்ல சந்திப்போம். பாவம் நிறைய எதிர்பார்ப்போட வந்திருப்பாங்க” என்று பணிவோடு கோரினேன். அவரும் அதை ஒப்புக்கொண்டார்.

வந்த விண்ணப்பங்களை அலசி ஆராய்ந்து இறுதியில் எழுபது பேரைச் சந்திக்கலாம் என்று முடிவு செய்தோம். முதல் நாள் நாற்பது பேரையும், அடுத்த நாள் முப்பது பேரையும் சந்திப்பது திட்டம்.

இரண்டு பெயர்ப் பட்டியல்களையும் வரவேற்பறை வாசலில் நான் ஒட்டியபோது தன் கண்ணாடியைக் கழற்றி, அழுத்தித் துடைத்துவிட்டு மீண்டும் அதை அணிந்து, அந்தப் பட்டியலை உற்று உற்றுப் பார்த்துக்கொண்டிருந்தான் ஒருவன்.

அவன் ஆர்வத்தைப் பார்த்து, "உங்க பேர் என்ன பாஸ்?" என்று விசாரித்தேன். "I AM ALWAYS நிலா சுந்தரம்" கை கொடுத்தான். பெயர் என்ன என்ற கேள்விக்கு இப்படி ஒரு பதிலை அதுவரை கேள்விப்பட்டதில்லை.

பட்டியலைப் பார்த்தால் இரண்டாம்நாள் சந்திப்பில் அவன் பெயர் இருந்தது. அடுத்தநாள் வரச்சொல்லி அனுப்பிவைத்தேன். இரண்டாம்நாளுக்கான கூட்டம் மெல்லக் கலைந்தது. அன்றைய தேர்வுக்கான கூட்டம் பரபரப்பானது. மீண்டும் நான் கூடத்துக்குத் திரும்பிவிட்டேன். ஆனால், யாரோ ஒரு பெண்ணின் அடர்ந்த புருவம் என் நினைவில் ஓடிக்கொண்டிருந்தது. அதை அலட்சியப்படுத்திவிட்டு மிக முக்கியமான கேள்வியை முன்வைத்தேன்.

"சந்திரபாபு சர், நம்ம அளவுகோல் என்ன..? எந்த அடிப்படைல செலக்ட் பண்ணப்போறோம் சர்?"

"பட்ஜெட் - ஒரு நிகழ்ச்சி தயாரிக்கறத விட அந்த நிகழ்ச்சிக்கு துல்லியமா பட்ஜெட் தயாரிக்கத் தெரிஞ்சிருக்கணும். அதான் ஒரு தயாரிப்பாளரோட முக்கியமானத் தகுதி."

நான் சற்றும் எதிர்பார்க்கவில்லை. 'கிரியேட்டிவ் சென்ஸ் இருந்தால் போதாதா?' என்றுதான் நான் நினைத்தேன். ஆனால், என்னுடைய குறுகியகால அனுபவத்தில், அவர் சொல்வது மிக அவசியமானது எனத் தோன்றியது.

"ஒரு பசி இருக்கணும் டெரன்ஸ்..." சந்திரபாபு தொடர்ந்தார்; "சீரியல் பாத்துக்கிட்டு இருக்கிற குடும்பங்களோட குடுமியப் புடுச்சுத் திருப்பி, நம்ம ரியாலிட்டி நிகழ்ச்சியப் பாக்கவைக்கணும்ங்ற வெறி இருக்கணும்!" - அவர் பேசி முடித்தபோது எனக்கே புல்லரித்தது. ஒரு மான்டேஜ் ஷாட்டில் உடம்பின் வெவ்வேறு நரம்புகள் எழுந்து, துடித்து அடங்கின. அவர், மேலும் மேலும் தன் எதிர்பார்ப்புகளை அடுக்கி வைத்தபோது, வெளியே நான் பார்த்த கூட்டம், என் மனக்கண்ணில் கொஞ்சம் கொஞ்சமாகக் குறைந்துகொண்டிருந்தது.

மெய்நிகரி

"நீ என்ன எதிர்பார்க்கற?" – ஒரு கேள்வியில் முடித்தார்.

"ஒரு Definition இருக்கு சர்" – என் நிலைமையை நினைத்து எனக்கே பரிதாபமாக இருந்தது. அதைச் சற்றும் பொருட் படுத்தாமல் தன் பாசிநிற டப்பாவில் இருந்து ஒரு பழைய முறுக்கைக் கடித்து, பெருஞ்சத்தத்தை ஏற்படுத்தினாள், மின்மினி.

ஒவ்வொரு நபராக வரச்சொல்லி வாசலில் இருந்த பாது காவலரிடம் சந்திரபாபு உத்தரவிட்டார்.

வந்தவர்கள் எல்லாரும் பல வித்தைகள் காட்டினார்கள். பெரும்பாலானவர்கள் சூப்பர் சிங்கர், நீயா நானா, மானாட மயிலாட, அசத்தப் போவது யாரு... போன்ற நிகழ்ச்சிகளில் தயாரிப்பாளர்களாக இருந்தவர்கள். இந்த வேலையை நாங்கள் அவர்களுக்குக் கொடுப்பது, எங்களுக்குப் பெருமை என்ற நினைப்போடு வந்திருந்தார்கள். ஒரு புகழ்பெற்ற நிகழ்ச்சியில் டீ வாங்கிக்கொடுப்பதைக்கூட ஒரு தயாரிப்புத் தகுதியாக நினைத்துக்கொள்கிற சிலரைப் பார்த்தபோது பரிதாபமாக இருந்தது. பெருங்கோபமும் வந்தது.

பெரிய நிகழ்ச்சிகளில் முக்கியப் பங்காற்றிய ஓரிரு இளைஞர்கள், தங்கள் பணி வளர்ச்சி குறித்தும், தொலைக்காட்சி நிகழ்ச்சிகளின் பரிணாமம் குறித்தும் பேசியது வியக்கவைத்தது. ஆனால், அவர்களின் ஊதிய எதிர்பார்ப்புகளால் அவர்களைத் தேர்வு செய்ய முடியவில்லை.

கல்லூரியில் படித்துவிட்டு நேரடியாக வேலை தேடிவந்த துடிப்பு மிக்கவர்கள் நம்பிக்கை கொடுத்தார்கள். அதில் சிலர் என்னுடைய definitionஐக்கூட என்னை விட தெளிவாகச் சொன்னார்கள். ஆனால், அவர்களுடைய அனுபவம் மிகக் குறைவு.

"நமக்கிருக்கும் தயாரிப்புக் கால அளவில் நிகழ்ச்சிகளைத் தயாரிக்க இவர்கள் எப்படி உதவுவார்கள்?" என்று மின்மினி கேள்வி எழுப்பினாள்.

முதல்நாள் இறுதியில் சோர்வோடு எழுந்தோம். நேர்முகத் தேர்வை நடத்தி ஆள் எடுக்கிற பொறுப்பு எவ்வளவு சிரமமானது என்பதை அன்றுதான் தெரிந்துகொண்டேன்.

இரண்டாம்நாள் தேர்விலும் பெரிய எழுச்சி இல்லை. அனுதாப அலையில் வெல்லும் அரசியல்வாதி மாதிரி,

ஏனோ தெரியவில்லை... நிலா சுந்தரத்தின் அப்பாவித்தனம் மட்டும் எல்லாரையும் கவர்ந்தது.

"America's got talent... இத பத்தி என்ன நினைக்கறீங்க?" - சந்திரபாபு, நிலாவைக் கேட்ட முதல் கேள்வி இதுதான்.

"அத நாம ஒத்துக்கிட்டுதான் சர் ஆகணும். இல்லனா அவங்க வல்லரசாயிருக்க முடியுமா?" - நிலா சுந்தரத்தின் இந்தப் பதிலைக் கேட்டு சந்திரபாபு என்னைத் திரும்பிப் பார்த்தார். மின்மினி, தன் முறுக்கைக் கடித்து சிரிப்பை ஒளித்தாள்.

"நிலா, America's got talentன்றது ஒரு ரியாலிட்டி ஷோ. அதப் பத்திக் கேக்கறாரு" - கேள்வியைப் பிரித்துப் போட்டேன்

சந்திரபாபு, அவனைப் புறப்படச் சொன்னார். ஆனால், அவன் புறப்பட்டதும் அவனைப் பற்றிய தகவல் தாளை மீண்டும் மீண்டும் புரட்டிப் பார்த்தார். தன் பாக்கெட் நோட்டின் கடைசிப்பக்கத்தில், பல்வேறு தொலைபேசி எண்களுக்கிடையே ஓரிரு பெயர்களை மட்டும் குறித்து வைத்தார்.

இரண்டு நாள் தேர்வில் இறுதியாக நாங்கள் பட்டியலிட்ட நான்கு பெயர்களை என் செல்பேசியில் பதிவுசெய்து கொண்டேன்.

1. Mayil Vaaganan.J,
2. Nila Sundaram.G,
3. Kayalvizhi.O,
4. Nasser.P.

4

புதிதாகத் தேர்ந்தெடுக்கப்பட்டிருப்பவர்கள் கேன்டீனில் காத்திருக்கிறார்கள் என்றும், அவர்களை அழைத்துக்கொண்டு தொலைக்காட்சி அலுவலகத்தை சுற்றிக் காட்டச் சொல்லியும், சுந்தரம் பிள்ளை எனக்குக் கட்டளையிட்டார். என் செல்பேசியில் இருந்த அந்த நான்கு பெயர்களை ஒருமுறை பார்த்துக்கொண்டேன். அவர்களின் முகங்களும் என் கண்முன் தோன்றின. அந்த பிம்பங்களைச் சுமந்துகொண்டே என் எடிட் சூட்டிலிருந்து கேன்டீனுக்கு மிக மெதுவாக நடந்துவந்தேன். அந்தப் பட்டியலில் கயல்விழி என்ற பெண் கொஞ்சம் இலட்சணமாக இருப்பாள் என்பது நினைவுக்கு வந்து, படியேறும்போது தலைவாரிக் கொண்டேன்.

கதவைத் திறந்ததும், சிக்கன் போண்டா வாசம் கட்டிப்பிடித்து முத்தமிட்டது. பெரும் பாலான நாற்காலிகள் மேஜையின் மேல் அடுக்கி வைக்கப்பட்டிருந்தன. அந்த நாற்காலிகளுக்கிடையே சில முகங்கள் தென்பட்டன... ஒளிப்பதிவாளர்கள். இரவுப் பணி முடித்துவிட்டு சுக்கு காஃபி பருகிக்கொண்டிருந்தனர். அவர்களையும் தாண்டி நான்கு பேர் இடைவெளி விட்டு அமர்ந்திருந்தார்கள்.

அதில் நிலா சுந்தரத்தைத் தவிர மற்ற மூவரை எனக்குத் தெரியவில்லை. கயல்விழி, நாசர், மயில்வாகனன் யாருமில்லை.

"இவர்தான்..." – நிலா சுந்தரம், என்னை தன் உடன் இருந்தவர்களுக்கு அறிமுகப்படுத்தினான். அவர்களில் ஒரு பெண்... அவள் புருவம்... ஆனால், இந்தப் பெண்ணை நாம் தேர்வு செய்யவில்லையே!

"ஐயம் மானசா" என்று, அருகில் இருந்த இன்னொரு பெண் கைகொடுத்தாள். நான் விரல் கொடுத்தேன். அழுக்குச் சட்டையோடு ஓர் ஆள் தன் இருக்கைவிட்டு எழாமலே, "ராகவன்" என்று சிரித்தான். அவனுக்குப் பின்னால் கயல்விழியை விட அழகாக இருந்தவள், "பெனாசிர் சர்" என்று சிரித்தாள். எனக்கு எதுவும் புரியவில்லை. இவர்கள் யார்? எதற்காக இங்கே காத்திருக்கிறார்கள். அவர்கள் கைகளில் இருந்த ஹெச்.ஆர். கடிதம் என்னை மேலும் குழப்பியது.

"நீங்க வேற டீமுக்கு வந்திருக்கீங்கனு நினைக்கிறேன்... ப்ளீஸ் வைட்" என்று சொல்லிவிட்டு, அவர்களின் கடிதங்களை வாங்கிக்கொண்டு நிலா சுந்தரத்தை மட்டும் அழைத்துக்கொண்டு ஹெச்.ஆர். அறையின் கண்ணாடிக் கதவை 'மன்னன்' படத்தில் ரஜினிகாந்த், விஜய்சாந்தியின் அறைக்கதவை எட்டி உதைப்பதைப்போல் உதைத்துத் திறந்தேன். நிலா சுந்தரம் அறைக்கு வெளியே காத்துக்கிடந்தான். ஹெச்.ஆர். அறையில் கீர்த்தனாதான் ஸ்வீட். மற்றவர்கள் எப்போதுமே தாங்கள்தான் நாட்டின் வேலைவாய்ப்பை நிர்ணயிப்பதுபோல் ஒரு போதையில் அலைந்துகொண்டிருப்பார்கள்.

"கீர்த்தன்... ரியாலிட்டி ஷோக்கு நாங்க ரெக்ரூட் பண்ணவங்களுக்கு லெட்டர் அனுப்பலயா? இவங்கெல்லாம் யாரு?"

அவளுக்கு, அத்தனை பேர் முன்னால் நான் அந்தக் கேள்வியைக் கேட்டது பிடிக்கவில்லை. என்னை வெளியே அழைத்துக்கொண்டு வந்தாள். வெளியே நிலா சுந்தரம் ஒரு சிரிப்பைத் தயாராக வைத்திருந்தான். கீர்த்தனாவும் பதிலுக்குச் சிரித்தாள்.

"டெரன்ஸ்... இது உங்க லிஸ்ட்டுதான்... அதுல இரண்டு பேருக்கு பதிலா மேனேஜ்மென்டோட ஸ்பெஷல் ஸ்லாட்ல வேற இரண்டு பேர் வந்திருக்காங்க."

“மூணு பேர மாத்தியிருக்கீங்கனு சொல்லு!”

“இரண்டு பேர்தான்... கயல்விழிக்குப் பதில் மானசா, மயில்வாகனனுக்குப் பதில் ராகவன்.”

“பெனாசிர்?”

“நீங்க சொன்ன கேண்டிடேட்தான்.”

“பொய்! நாங்க கொடுத்த லிஸ்ட்ல அந்தப் பேரே கிடையாது!”

கீர்த்தனா ஓடிச்சென்று ஒரு கசங்கிய காகிதத்தை எடுத்து வந்து என்னிடம் நீட்டினாள்; “பாருடா, இடியட் எடிட்டர்!”

சந்திரபாபுவின் கையெழுத்து அது. அதில் பி.நாசர் என்ற பெயரை அவரது கைவண்ணம் பினாசிராக பிசைந்திருந்தது.

“கீர்த்தன், தப்பு நடந்திருச்சு. பேர் மாறிப்போயிருக்கு..!”

“போடா புளிசாதம். லெட்டரெல்லாம் கொடுத்தாச்சு. இருக்கறவங்கள வச்சு ஷோ பண்ணு.”

“அப்ப கயல்விழி, மயில்வாகனன்..?”

“அவங்க செலக்ட் ஆனாங்கன்றது நமக்கு மட்டும்தான தெரியும். அவங்களுக்குத் தெரியாதே. டீல்ல வுடு. அடுத்த சீசன்ல பாத்துக்கலாம்!”

இதையெல்லாம் கேட்டுக்கொண்டிருந்த நிலா சுந்தரம், ‘அட படுபாவிகளா!’ என்று அடிவயிற்றில் புலம்பியிருப்பான். மீண்டும் எங்கள் கேன்டீனுக்கு...

நாங்கள் வருவதற்குள் பசியெடுத்த ராகவன், மானசா, பெனாசிர் மூவரும் பாதாம்பால் அருந்திகொண்டிருந்தார்கள். என்னைப் பார்த்ததும் பெனாசிர் மட்டும் எழுந்து நின்றாள். அவளது உதட்டின் மேலே பால் சுவடு பதிந்திருந்தது.

“உனக்குப் பேர் வச்சது யாரு தாயி?” என்ற கேள்வியை என்னால் அடக்கமுடியவில்லை. கேட்டுவிட்டேன்.

“சித்தி.”

“சத்தியமா நீ அவங்கள மறக்கக் கூடாது.”

நிலா சுந்தரத்தைத் தவிர யாருக்கும் இந்தக் கேள்வி பதில் புரியவில்லை. வேறு வழியில்லாமல் முழுமனதோடு மூவரையும் கரம் கொடுத்து வரவேற்றேன். இரண்டு மூன்று

வாக்கியங்களில், எனக்கும் அவர்களுக்கும் பெரிய வயது வித்தியாசம் இல்லை என்பதை உறுதிப்படுத்திக்கொண்டேன்.

“டேய் டெரன்ஸ்... ஸ்டூடியோ பாக்கலாமா?” – இந்த உரிமைக்குக் காத்திருந்தவனைப்போல ராகவன் ஆர்வமானான்.

“மிஸ்டர் ராகவன், நமக்குச் சொந்தமா ஸ்டூடியோ கிடையாது. மூணாவது மாடில இப்பதான் கட்டிக்கிட்டு இருக்காங்க. அது ரெடியாக குறஞ்சது ஒரு வருஷமாகும். அதுவரைக்கும் வாடகை ஸ்டூடியோதான்!”

முதலில், நிலையத் தலைவர் சுந்தரம் பிள்ளையிடம் இவர்களை அறிமுகப்படுத்த நினைத்தேன். அவருடைய அறைக்குச் செல்லும் வழியெங்கும், மானசா என்ற பெண் பல பேரோடு சிரித்துப் பேசி, கைகுலுக்கி, கன்னம் கிள்ளி, ஹை ஃபை கொடுத்து ஓர் ஆரவாரப் புயலாக நடந்து வந்தாள். ‘இத்தனை பேரை தெரிந்துவைத்திருக்கிறாளே!’ என்று ஆச்சரியமாக இருந்தது. அவள் சிலரோடு மிக நெருக்கமாகப் பேசும்போதும், நான் அருகில் மௌனமாக நிற்கும்போதும், ‘புதிதாக வேலைக்கு வந்தது அவளா நானா?’ என்ற கேள்வி எழுந்தது.

என் இருப்பை நான் காட்டிக்கொள்ள, சுந்தரம் பிள்ளையின் அறைக்கு எதிரே அமர்ந்திருந்த மின்மினியைப் பார்த்து கை அசைத்தபோது, எங்கே நான் அவள் முறுக்கைத் திருடிவிடுவேனோ என்பதுபோல முகம் திருப்பி என்னை அவமானப்படுத்தினாள்.

சுந்தரம் பிள்ளையின் மேஜையில் ஐந்து தேநீர் கோப்பைகள் காத்துக்கொண்டிருந்தன. ரியாலிடி பிரிவின் மீதான நிர்வாகத்தின் எதிர்பார்ப்புதான் அந்தக் கோப்பைகளின் வடிவத்தில் அமர்ந்திருந்தது. வேறு யாருக்கும் அந்த அறையில் தேநீர் பரிமாறி நான் பார்த்ததில்லை.

நான்கு பேரைப் பற்றிய குறிப்புகளை பிள்ளை அறிந்திருந் தாலும் நேரில் சந்திப்பது முதல் முறை.

தொலைக்காட்சியில் பணியாற்றுகிறவர்களைப் பெரும் பாலும் சுந்தரம் பிள்ளை தேர்வு செய்வதில்லை. அதை மேலதிகாரிகள்தான் செய்வார்கள். ஆனாலும், தானே இவர்களைத் தேர்வுசெய்தது போன்ற தோரணையை சுந்தரம் பிள்ளையிடம் எப்போதும் காணலாம்.

"நீங்கதான் இனி நம்பிக்கை நட்சத்திரங்கள்!" இதுதான் அவர் எங்கள் ஐந்து பேரின் முன்னிலையில் பேசிய முதல் வாக்கியம். அதைக் கேட்ட அடுத்த நொடி நிலா சுந்தரத்தின் முகத்தில் ஒரு ஓபனிங் சாங் ஓடி முடிந்தது.

"இன்னும் ஒரு வாரத்துக்குள்ள உங்க கிட்ட இருந்து புது ஷோ ஐடியாஸ் எதிர்பாக்கறோம். ஒரு பவர் பாயிண்ட்டா காட்றத விட உங்க ஐடியாவ அடிப்படையா வச்சு ஒரு பைலட் எபிசோட் ஷூட் பண்ணி காட்டினா மேனேஜ்மென்ட்டுக்கு இன்னும் பெட்டரா புரியும். டெரன்ஸ் வில் சப்போர்ட் யூ" – ஆக வேண்டிய காரியத்தின் முதல் கட்டத்தை சுந்தரம் பிள்ளை மிகக் கனிவாக விளக்கினார்.

அவர் அறைவிட்டு வெளியே வந்ததும் சந்திரபாபு நின்றிருந்தார். நிலா சுந்தரத்துக்கு மட்டும் கைகொடுத்தார்.

"சிக்கன் போண்டா வாங்கிக் கொடுத்தயா?" – நலம் விசாரித்தார்.

தூரத்தில் சின்ன சின்னக் குழுவாக ஆலோசனையில் இருந்த இளம் தயாரிப்பாளர்கள் எங்கள் புதிய அணியை உற்று உற்றுப் பார்த்தார்கள். தெரியாமல் பார்த்தவர்களைக் கூட தேடிப்பிடித்து, பார்த்துச் சிரித்தாள் மானசா. தொலைக்காட்சியின் மூலை முடுக்கெல்லாம் நான் சுற்றிக் காட்டியதும் நான்கு பேரும் விடைபெற்றார்கள்.

அவர்களுக்கான இருக்கைகளும் கணிப்பொறிகளும் தயாராக இரண்டு நாட்களாகும் என்று கீர்த்தனா சொல்லி யிருந்தாள். ஆனால், நிலா சுந்தரம் மட்டும் வெளியே சிறிது தூரம் சென்று பின் திரும்பி வந்து, என் படத்தொகுப்பு அறைக்குள் நாற்காலியை இழுத்துப்போட்டுக்கொண்டு அமர்ந்தான்.

"பாஸ்... ஒரு கேள்வி கேக்கலாமா?"

"சொல்லு."

"அன்னிக்கும் பாத்தேன், இன்னிக்கும் பாக்கறேன், நீங்க ஏன் ரெண்டு சட்ட போட்டிருக்கீங்க..? ஹிஹி..."

நிர்வாகம் எவ்வளவு பெரிய பொறுப்பை இவன் தலையில் வைத்திருக்கிறது என்பதை எண்ணியபோது எனக்கு குப்பென வியர்த்தது.

"நிலா, எனக்கு நிறைய வேல இருக்கு. நீ வீட்டுக்குப் போய் சர் சொன்ன மாதிரி புது நிகழ்ச்சிகளுக்கான சில ஐடியாஸோட வா. நாம அத எப்படி டெவலப் பண்றதுனு யோசிக்கலாம்."

"நிச்சயமா" என்று எழுந்தவன், "நீங்க உள்ள போட்டிருக்கிற அந்தச் சட்டையோட முதல் பட்டன கழட்டி விட்டிருக்கீங்கல்ல – இட் வொர்க்ஸ்!" என்றான்.

"ரொம்ப போர் அடிக்குதோ?"

"ஆமாம் பாஸ், சூளைமேட்ல வாடக வீட்ல தங்கியிருக்கேன். கூட இருக்கிறவனுங்க ரொம்ப மொக்க போடறானுங்க. சீக்கிரமா வேல கொடுங்க."

அவனை வாசல்வரை சென்று வழியனுப்பிவிட்டு திரும்பிய போதும், அவனது வார்த்தைகள் என் காதுமடல்களைக் கொறித்துக்கொண்டிருந்தன.

5

நிலா சுந்தரத்தின் இந்தக் கோப்பை என் கையில் இருந்து தவறி விழுந்த ஒரு தடுமாற்றக் காலை அது. பாதி தூக்கத்தோடு அலுவலகம் வந்ததால் பாகவதர் தூள் தூளானார். அதற்குக் காரணம் படப்பிடிப்பு நடந்த அந்தப் பதற்றமான இரவு.

சமையல் நிகழ்ச்சியின் ஃபுட்டேஜ் எதுவும் வராததால் அந்த வாரம் எடிட் சூட்டில் வேலை இல்லை. சந்திரபாபு இயக்கும் ஒரு டாக் ஷோவுக்கு உதவலாமென்று புறப்பட்டேன். கிழக்குக் கடற்கரைச் சாலையின் ஒரு பீச் ரிசார்ட்டில் நடந்தது, அந்தப் பொங்கல் ஸ்பெஷல் டாக் ஷோ படப்பிடிப்பு. நான்கு கேமிரா செட்–அப்; மேடையின் பிரமாண்டத்தைக் காட்சிப்படுத்த ஒரு ஜிம்மி; பங்குபெற்ற எழுபது இளைஞர்களுக்கு நான்கு ஹேண்ட் மைக்; களிமண்ணில் செய்த ராட்சஸப் பானை – இரண்டு கரும்புகள்!

தொகுப்பாளர் ஒரு வளரும் நடிகை. ‘இந்த இளம் வயதில் சினிமாவில் பரபரப்பாகாமல் தொலைக்காட்சி நிகழ்ச்சியில் காலம் கடத்துகிறோமே’ என்ற இயல்பான ஏக்கம், அவர் முகத்தில் வெளிப்படையாக இருக்கும்.

'பள்ளி மாணவர்கள் காதலிப்பது தவறா?' இதுதான் அன்றைய தலைப்பு. பள்ளி மாணவர்கள், கல்லூரி மாணவர்கள், பணியாற்றும் இளைஞர்கள் என்று முத்தரப்பில் இருந்தும் வந்திருந்தார்கள். இரவுநேர வெளிப்புறப் படப்பிடிப்பு என்பதால் பெண்களின் எண்ணிக்கை மிகக் குறைவாக இருந்தது.

அந்த நிகழ்ச்சியின் நோக்கத்தைப் பற்றி தொகுப்பாளர் சொல்லும் முதல் ஐந்து வரிகளை, பதினைந்தாவது டேக்கில்தான் ஓகே செய்தார், சந்திரபாபு. ஒவ்வொரு டேக் இடையிலும் தொகுப்பாளர் ஒப்பனை சரிபார்த்து, ஒளிப்பதிவாளர் லைட்டிங் சரிபார்த்து... அதற்கே இரண்டு மணிநேரம் ஆகிவிட்டது. பேச வந்தவர்கள் அந்தத் தாமதத்தைப் பெரிதுபடுத்தவில்லை. அவர்களுக்கு வாய்ப்புக் கிடைத்தபோதெல்லாம், அப்பொழுதுதான் அந்த அரங்கத்தில் நுழைந்தவர்களைப்போல புத்துணர்ச்சியோடு பேசினார்கள்.

தொகுப்பாளருக்குத் தகவல் சொல்லும் டாக் பேக் மைக் வேலை செய்யாமல்போகவே சுயமாக நிகழ்ச்சியை வழிநடத்தத் தெரியாமல் பெரும்பாலும் மௌனமாக இருந்தார். டாக் பேக் இல்லாமல்போனால், தமிழ்நாட்டின் தலைசிறந்த தொகுப்பாளர்கள்கூட பிராணவாயுவின்றி தவிப்பார்கள் என்று எங்களுக்குத் தெரியும். ஆக, அது தொழில்நுட்ப கோளாறாகக் கருதப்பட்டதே தவிர தொகுப்பாளர் ஷாலினி மீது யாருக்கும் கோபமில்லை.

எந்த வெளிப்புறப் படப்பிடிப்பாயினும் அதற்கான போக்குவரத்து, உணவு என்று அடிப்படைப் பணிகளைக் கவனிப்பது பட்டாபிராமன்தான். நடுத்தர வயதைச் சேர்ந்தவர்; கட்டுமஸ்தான உடல்; மாநிறம்; ரப்பரால் அழிக்கமுடிந்த பென்சில் மீசை.

அன்றைய படப்பிடிப்பு முடியும்போது இரவு மணி 2:00. சப்பாத்திகள் தயாராக இருந்தாலும் யாரும் சீண்டவில்லை. எல்லாரும் வீட்டுக்குப் புறப்படுவதில் மும்முரமாக இருந்தோம். நான்கு கார்களும் இரண்டு வேன்களும் புறப்பட்டுவிட்டன. ஐந்தாவது காரில் தொகுப்பாளர் ஷாலினி, சந்திரபாபு, பட்டாபிராமன் ஏறிக்கொண்டார்கள். ஒரே ஒரு சப்பாத்தியை மட்டும் என் வாயில் திணித்துக்கொண்டு பல்சரை உதைத்தேன்.

தேனாம்பேட்டை தாண்டும்போது சந்திரபாபுவிடம் இருந்து அந்த எஸ்.எம்.எஸ் வந்தது. உடனே அவரை அழைத்தேன்.

திருவான்மியூரில் அவர் வீடு. அவரை இறக்கிவிட்டு, கார் புறப்பட்ட பதினைந்து நிமிடங்களில் ஷாலினியிடமிருந்து அழைப்பு வந்திருக்கிறது. யாரும் பேசவில்லை. ஆனால், ஷாலினியின் அலறல் சத்தம் மட்டும் கேட்டிருக்கிறது. அடுத்த நொடி இணைப்புத் துண்டிக்கப்பட்டது. சந்திரபாபு பதறுகிறார். அஜித்தை மனதில் நினைத்துக்கொண்டு, பல்சரை மின்னல் வேகத்தில் திருப்பி திருவான்மியூரை நோக்கிப் பறந்தேன். சந்திரபாபு தன் வீட்டுவாசலில் காத்திருந்தார். தொலைக்காட்சியின் நிர்வாகத்துக்கு தகவல் அனுப்பிவிட்டதாகவும், ஆபரேஷன்ஸ் டீமில் இருந்து ஒரு வண்டி புறப்பட்டிருப்பதாகவும் சொன்னார். சந்திரபாபுவை அழைத்துக்கொண்டு தொலைக்காட்சி அலுவலகத்துக்கு விரைந்தேன்.

அங்கே வரவேற்பறையில், மேலாடை கிழிந்த நிலையில் ஷாலினியும் வியர்வையில் குளித்த பட்டாபிராமனும் நிர்வாகத்தைச் சேர்ந்த சிலரும் ஒரு மௌன பஞ்சாயத்தில் மூழ்கியிருந்தார்கள். ஷாலினி பாதுகாப்பாக அனுப்பிவைக்கப் பட்டார். மீண்டும் சந்திரபாபுவை ஏற்றிக்கொண்டு பல்சரை திருவான்மியூருக்குத் திருப்பினேன்.

"சர்... என்ன நடக்குது? போலீஸ்கூட இவ்வளவு சீக்கிரமா கண்டுபிடிச்சிருக்குமா தெரியல. நீங்க எனக்கு போன் பண்றீங்க, கட் பண்ணா இங்க அவங்க நிக்கிறாங்க..! எப்படி சர்?"

என் கேள்விக்கு சந்திரபாபு சொன்ன கதை, என் வண்டியின் வேகத்தைக் குறைத்தது. பட்டாபிராமன் என்பவருக்கு ஒரு பழக்கம் உண்டு. நடுஇரவு தாண்டிப் பணியாற்றினால் அன்று ஒரு காமத் தேவையை நிறைவேற்றாமல் அவருக்கு தூக்கம் வராது. திருமண வாழ்க்கையில் அவருக்கு திருப்தி இல்லை. பெரும்பாலும் இரவு நேர படப்பிடிப்பு முடித்ததும் அவர் ஒரு விபசார விடுதியில் படுத்துவிட்டுதான் வீடு போவது வழக்கம். தொகுப்பாளர்கள் அழகாக இருந்தால் அவர்களைத் துன்புறுத்தவும் தயங்குவதில்லை. ஷாலினி யிடம் எல்லை தாண்டிவிட்டார். நிர்வாகத்தின் நெருங்கிய வட்டாரத்தில் ஒருவர் என்பதால் அவரை நீக்க முடியவில்லை.

எந்தெந்த இடத்தில் அவர் ஒளிவார், ஒதுங்குவார் என்பது அவர்களுக்கு நன்றாகத் தெரியும். அதனால்தான், உடனே கண்டுபிடித்துவிட்டார்கள். அவருடைய வீடு நெருங்கியதால் அதிவிரைவில் கதையை முடித்தார். மீண்டும் நான் வண்டியைக் கிளப்பியபோது, ஒரு கண்ணாடியில் மானசாவின் முகமும், இன்னொரு கண்ணாடியில் பெனாசிரின் முகமும் தோன்றி மறைந்தன.

உறங்காத அந்த இரவின் அடங்காத நினைவுகளைச் சுமந்துகொண்டு அடுத்தநாள் அலுவலகம் வந்தபோது இரண்டாவது மாடியில் புதிய கணிப்பொறிகளுடன் புதிதாக சேர்ந்திருப்பவர்களுக்கு இடம் அமைத்திருப்பதாக தெவித்தார்கள். அலுவலகத்தின் அழகான மூலை. ராகவன், மானசா, பெனாசிர், நிலா சுந்தரம் எல்லாம் ஏதோ கூகுள் செய்து கொண்டிருந்தார்கள்... பாகவதர் படம். பதிக்கப்பட்டிருந்த நிலா சுந்தரத்தின் கோப்பைதான் என்னை முதலில் ஈர்த்தது.

"என்ன நிலா இது? நீ சங்கீத ரசிகனா?" என்றவாறு கோப்பையை எடுத்தேன். அவன் பதில் சொல்வதற்குள் அது தவறிவிழுந்து உடைந்துவிட்டது.

"பாகவதர இப்படி பீஸ் பீஸ் ஆக்கிட்டிங்களே!" – மானசா எட்டிப்பார்த்துச் சிரித்தாள்.

"சாரி" – மன்னிப்புக் கேட்டுவிட்டு உடைந்த கோப்பையின் துகள்களை அள்ளி ஒட்டவைக்க முயற்சி செய்தேன்.

"லட்சுமிகாந்தன் கொலைவழக்குகூட பாகவதர இப்படி சிதச்சிருக்காது" – நிலா சுந்தரம் ஒரு வரலாற்றுப் பின்னணியோடு புலம்பினான்.

யாரோ முதலீடு செய்கிறார்கள். யாரோ நிலையத் தலைவர்களாக இருக்கிறார்கள். யாரோ சில விளம்பரதாரர்கள் பயனடைகிறார்கள். ஆனால், அலுவலகத்தில் ஒரு நாற்காலியும் மேஜை கணிப்பொறியும் கொடுத்துவிட்டால், ஒவ்வொரு பணியாளரும் அந்த இடத்தை அலங்காரப்படுத்தி உரிமைகொண்டாடும் விதம் இருக்கிறதே, ஹாலிவுட் படங்களின் பாணியில் அவசர அவசரமாக உலகம் அழிந்தாலும், தங்கள் கணிப்பொறிகளைக் கட்டிக்கொண்டு அவரவர் நாற்காலி களுக்குள்தான் இவர்கள் புதைந்துபோவார்கள் என்று தோன்றும்.

மானசாவின் கணிப்பொறியில் அவள் பெயரை எழுதி இருந்தாள். மேஜையில் கவுண்டமணி சிலை வைத்திருந்தாள். 'சூரியன்' படத்தில் அவர் டெலிபோன் பேசும் அந்தக் காட்சி அவள் மேஜையில் சிலையாக இருந்தது. ராகவன், ஷிரிடி பாபா படத்தை ஒட்டி வைத்திருந்தான். அதற்குக் கீழே சில பூக்களும் பார்த்தேன். அந்தப் படம் என்றேனும் காற்றில் பறந்துவிட்டால் அவன் வருத்தப்படுவானோ என்று ஒரு கற்பனை எழுந்தது. பெனாசிர் தன் மேஜையில் ஓர் உயிரியல் பூங்காவை அமைத்திருந்தாள். பச்சைக் கரடி, ஊதா புலி, வெள்ளைக் குரங்கு என்று சிரிக்கும் மிருகங்கள் வரிசையில் நின்றன. இடம் தந்த முதல் நாளே இவ்வளவு ஆக்கிரமிப்பா என்று தலையில் அடித்துக்கொண்டு என் படத்தொகுப்பு அறைக்குச் சென்றேன்.

"வருகிற சனிக்கிழமை அவங்க எல்லாரும் அவங்க ஐடியாஸ ப்ரசென்ட் பண்றாங்க. கன்வே பண்ணிடு" – போகிற வழியில் சுந்தரம் பிள்ளை நடந்துகொண்டே பேசிக் கடந்தார்.

மதுரை தியாகராயர் கல்லூரியில் படித்துவிட்டு சென்னைக்கு வந்திருக்கிறான் நிலா சுந்தரம். உள்ளூர் கேபிள் தொலைக்காட்சியில் பணியாற்றியிருக்கிறான்.

சென்னைப் பல்கலைக்கழகத்தில் ஜர்னலிசம் பயின்று சில தொலைக்காட்சிகளில் சலசலப்பை ஏற்படுத்திவிட்டு மாடப்புறா வளாகத்துக்கு வந்திருக்கிறாள், மானசா.

முதல்நிலை தொலைக்காட்சிகளில் ரியாலிட்டி நிகழ்ச்சிகளின் இயக்குநராக இருந்தவன், ராகவன். நிகழ்ச்சி தயாரிப்பின் அனைத்து நுட்பங்களையும் அறிந்தவன். நடைமுறை ஊடகவியலை விரல்நுனியில் வைத்திருப்பவன்.

திருநெல்வேலியில் இருந்து சென்னைக்கு வந்து இலயோலா கல்லூரியில் படித்துவிட்டு, ரேடியோ ஜாக்கியாக ஒரு வருடம் பணியாற்றிவிட்டு தொலைக்காட்சிக்கு வந்திருக்கிறாள், பெனாசிர்.

பின்னணியெல்லாம் நம்பிக்கைத் தருவதாக இருந்தாலும், அந்தச் சனிக்கிழமையைச் சந்திக்க அவர்கள் தயாரானதாகத் தெரியவில்லை.

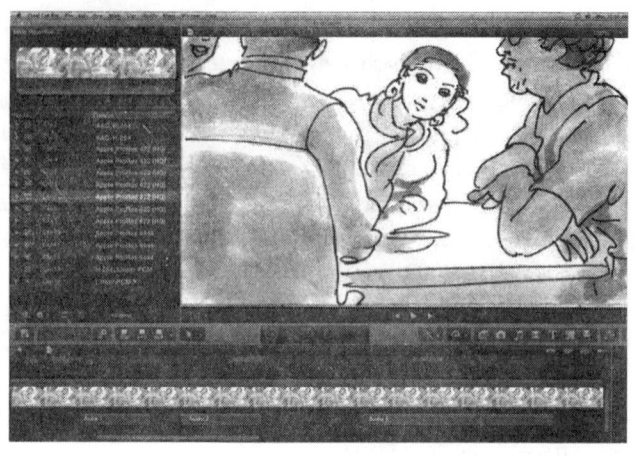

6

நிலா, பெனாசிர், மானசா, ராகவன் ஒருவர்கூட தாங்கள் எந்த மாதிரியான நிகழ்ச்சியை முன் மொழியப்போகிறார்கள் என்று என்னிடம் கலந்தாலோசிக்கவில்லை. ஒரு எடிட்டரை நிகழ்ச்சியின் எல்லா இடத்திலும் பயன்படுத்த வேண்டிய அவசியமில்லை. அவனை/அவளை நிறுத்தவேண்டிய இடத்தில் நிறுத்தவேண்டும் என்ற ஊடகப் பண்பாட்டை இவர்களும் பின்பற்றுகிறார்களோ, தெரியவில்லை. ஆனால், நிகழ்ச்சி மாதிரியை நான்கு பேரும் படம் பிடித்தாக வேண்டும். அதற்கான பட்ஜெட் தாளில் நான்தான் முதலில் கையெழுத்திட வேண்டும். அதற்குப் பின் சந்திரபாபுவின் மேஜைக்கு தாள்கள் அனுப்பப்படும். இறுதியாக சுந்தரம் பிள்ளை மேற்பார்வையிடுவார்.

"இன்னும் பத்து நிமிஷம்தான் டைம். என் ஷிஃப்ட் ஆரம்பிச்சிரும். எதாவது கையெழுத்து வாங்கணும்னா வாங்கலாம்" என்ற அறிவிப்போடு அலுவலகத்தின் நடுக்கூடத்தில் அமர்ந்தேன். முதலில் வந்தவள் பெனாசிர்தான். இந்த உலகத்தில் யாரும் எந்த முயற்சியும் எடுக்காமலேயே அவள் அழகாக இருப்பதாகத் தோன்றும். பெனாசிர், மிதக்க வைக்கும்

அழகல்ல... மதிக்க வைக்கும் அழகு. அருகில் வந்து அவள் அமர்ந்ததும், சிந்தனையே சிந்துச் சமவெளியாகி அங்கு ஒரு நாகரிகம் தொடங்கும்.

எனக்குப் புரியக்கூடாது என்ற நோக்கத்தோடு தன் நிகழ்ச்சியை ஓரிரு வரிகளில் விவரித்தாள். அவள் தோற்கக்கூடாது என்ற நோக்கத்தோடு நான் மௌனமாக தலையாட்டிவிட்டேன். அவளுடைய பட்ஜெட் முப்பதாயிரம். கேமரா வாடகை *2000*, மாதிரி தொகுப்பாளர்களுக்கு *4000* என்ற அவள் பிரேக்அப்பில் அரங்க வடிவமைப்பு, ஆடை அலங்காரம் *17,000* என்று இருந்தது.

"ஒரு பைலட் ஷூட்டுக்கு இவ்வளவு செலவு பண்ணணுமா?" என்று கேட்டதற்கு, அந்தச் செலவுதான் தன் நிகழ்ச்சியின் விற்பனைப் புள்ளி என்று வாதம் செய்தாள். பட்ஜெட்டை பார்க்கும்போதுகூட அது என்ன நிகழ்ச்சி என்பதை என்னால் கணிக்க முடியவில்லை. கையெழுத்துப் போட்டுக் கொடுத்ததும், "தேங்க் யூ டெரன்ஸ்" என்று முதன் முதலின் என் பெயர் சொன்னாள். அதில் 'தேங்க் யூ' செயற்கையாக இருந்தாலும், 'டெரன்ஸ்' ஆத்மார்த்தமாக இருந்தது.

"டேய் தம்பி... கையெழுத்துப் போடு" – இது மானசா. மங்கிஸ்கா கிங்கிஸ்கா என்று வார்த்தைகளோடு கசங்கிய குரங்குபோல் காணப்பட்டது, அவளுடைய டீஷர்ட்.

"இது என்ன ஷோனு நான் தெரிஞ்சுக்கலாமா?"

"ம்ம்ம்.. ஒரு ஃபேஷன் ஷோனு சொல்லலாம். அத கொஞ்சம் இண்ட்ரேக்டிவா ட்ரை பண்ணியிருக்கேன். இன்னும் இரண்டு நாள்தானே... படம் காட்றேன் பாரு!"

இந்த அளவுக்குச் சொன்னதே என் மனதைக் குளிரவைத்தது. மாதிரி நிகழ்ச்சி படப்பிடிப்புக்கு *70,000* ரூபாய்க்கு அவள் பட்ஜெட் போட்டிருந்தாள். பிரேக்அப் எல்லாம் சரிபார்த்துவிட்டு கையெழுத்திட்டேன். ஏதோ பாட்டுப் பாடிக்கொண்டே வெளியேறிவிட்டாள்.

நீண்டநேரமாக தன் கணிப்பொறியை நோக்கு வர்மத்தால் தாக்க முயற்சித்த நிலா சுந்தரத்தை அழைத்தேன். அவசர அவசரமாக ஒரு பிரின்ட்அவுட் எடுத்துக்கொண்டு, மூச்சுவாங்க வந்தமர்ந்தான்.

"இது நானும் ராகவனும் சேந்து ப்ரசென்ட் பண்ணப் போற ஐடியா!"

"அதாவது, ராகவனோட ஐடியா."

"சேந்து, சேந்து..."

"சரி... அவன் எங்க?"

"அவன் எதுக்கு?"

"இரண்டு பேரோட ஐடியானா, இரண்டு பேரும்தான் கையெழுத்து வாங்க வரணும். போ, போய் கூட்டிட்டு வா!"

"இப்ப இந்த ACTION SEQUENCE அவசியமா..?"

"சொன்னதச் செய்!"

எனக்கு ஏன் அவ்வளவு கோபம் வந்தது தெரியவில்லை. நிலா சுந்தரம் எழுந்து சென்று ராகவனை அழைத்து வந்தான்.

ஒரு பெருமூச்சோட அமர்ந்த ராகவன், "நாட்டோட ஒரு முக்கியமான பிரச்னைய மையப்படுத்தி..." என்று இரண்டு வரிகள் முடிப்பதற்குள்,

"போதும்" என்று கை காட்டி, அவர்களின் பட்ஜெட் தாளை வாங்கி கையெழுத்திட்டுக் கொடுத்தேன்.

"உன்னக் கூப்ட்டது கத கேக்கறதுக்கு இல்ல. நான் கையெழுத்துப் போடும்போது நீ இங்க இருக்கணும்!" என்று ராகவனின் கண்களைப் பார்த்துக் கொதித்தேன்.

"எடிட்டர் நாயே! உனக்கு என்னடா அவ்வளவு திமிரு?" என்று பொங்கி எழுந்த ராகவன், என் கன்னத்தில் அறைந்து என் கழுத்தைப் பிடித்திழுத்து உதைத்தான். தரையில் தள்ளிவிட்டான். பதிலுக்கு நான் அவன் சட்டையைக் கிழித்து, குனியவைத்து முதுகில் குத்த... அதற்குள் எங்களைத் தடுப்பதற்கு அலுவலகமே வந்துவிட்டது. சந்திரபாபு ஓடி வந்து இருவரையும் பிரித்து, ஆளுக்கொரு அறைவிட்டார். நிலா சுந்தரம், ராகவனை அழைத்துக்கொண்டு வெளியே சென்றுவிட்டான். நான் என் எடிட் சூட்டுக்குச் சென்று கதவு சாத்திக்கொண்டேன்.

ஒரு மணி நேரத்தில் என் கோபம் அடங்கிவிட்டது. ஆனால், அது ஏன் எழுந்தது என்று தெரியவில்லை. அடங்கிய கோபம் மெல்ல மெல்ல ஒரு குற்றவுணர்வாய்

மாறியது. யாரிடமும் பேசத் தோன்றவில்லை. ஆனால், தனிமை பிடிக்கவில்லை.

கேன்டீனுக்குச் சென்று தேநீர் குடிக்க நினைத்தேன். அங்கே கதவைத் திறந்தால், ஏற்கெனவே நிலா, பெனாசிர், மானசா, ராகவன் எல்லாம் ஒரு இரங்கல் கூட்டத்துக்கு ஏற்பாடு செய்திருந்தார்கள். நான் தேநீரை வாங்கிக்கொண்டு தூர அமர்ந்துகொண்டேன்.

இறுக்கமாக இருந்த அவர்களின் மேஜை வட்டாரத்தை, நிலா சுந்தரம் தன் நகைச்சுவைத் திறமைகளால் மேலும் இறுக்கமாக்கிக்கொண்டிருந்தான். எடுபடாத அவன் நகைச்சுவைகளில் இருந்து விடுபடாமல் தவித்தக் கூட்டத்தில் பெனாசிர் மட்டும் அவ்வப்போது தலைசாய்த்து என்னைத் தேடினாள் அல்லது தேடியதாகத் தோன்றியது.

7

மாடப்புறா தொலைக்காட்சியின் ரியாலிட்டி எதிர்காலம், இந்தச் சந்திப்பில் முடிவாகுமென்று நான் எதிர்பார்த்தேன். சுந்தரம் பிள்ளை, மார்க்கெடிங் மேனேஜர் பிரேம், மாடப்புறா குழுமத்தின் உரிமையாளர்கள் மூன்று பேர், சந்திரபாபு, நான்கு மூத்த தயாரிப்பாளர்கள், ஆபரேஷன்ஸ் அணியிலிருந்து இரண்டு பேர், ராகவன், பெனாசிர், மானசா, நிலா சுந்தரம், நான் ஜகஜோதியாக இருந்தது, கான்ஃப்பரன்ஸ் ஹால். காட்சிப்படுத்த பொருத்தப்பட்டிருந்த கணிப்பொறி சரியாக வேலை செய்யாததால், தொழில்நுட்பப் பிரிவில் இருந்து வந்த ஓர் இளைஞன், யாருமே இல்லாத அறையில் வேலை செய்வதுபோல மிகப் பொறுமையாக வயர்களைக் கழற்றிக்கொண்டிருந்தான்.

"இப்படி ஒரு மீட்டிங் இருக்குனு இரண்டு நாளைக்கு முன்னாடி சொல்லியாச்சு. ஏன் டெரன்ஸ் இப்படி? இதெல்லாம் யார் பொறுப்பு? இதுதான் மேனேஜ்மென்டுக்கு நாம கொடுக்கற மரியாதையா?" – அத்தனை பேர் முன்னிலையில், சுந்தரம் பிள்ளை என்னை அவமானப்படுத்துவாரென கொஞ்சமும் நினைக்கவில்லை.

“சாரி சர்...” என்று, அந்த வயர் இளைஞனையே வைத்த விழி மாறாமல் பார்த்தேன். கணிப்பொறி சரியாகி இயங்கியது. ஆனால், சிலர் என்னைப் பரிதாபமாகவும், சிலர் அருவருப்போடும் பார்த்தது பிடிக்கவில்லை. என் எதிரில் ராகவன் வேறு. மூடி வைத்திருந்த தண்ணீர் கோப்பையைத் திறந்து ஒரே மடக்காகக் காலி செய்தேன்.

“மானசா, நீங்க ஸ்டார்ட் பண்ணுங்க” – பிரேம் தொடங்கி வைத்தார்.

மானசா அன்று புடவைகட்டி வந்திருந்தாள். ரொம்பச் சுமாராக இருந்தாள். சந்திப்பு முடிந்ததும் சொல்லவேண்டும் என்று தோன்றியது. தன் பென்ட்ரைவ்வை என்னிடம் கொடுத்தாள். அதைக் கணிப்பொறியில் பொருத்தியபோது, ‘வைரஸ் அலெர்ட்’ எட்டிப் பார்த்தது. ஸ்கேன் முடிவில், ‘வைரஸ் எதுவுமில்லை’ என்ற தகவல் வந்து ஃபோல்டர்கள் படக்படக்கெனத் திறந்தன.

‘ஏய், என்ன அழகாக்கு MOV’ அதுதான் மானசா முன்மொழிந்த படைப்பு. அந்தப் பதினைந்து நிமிட மாதிரி நிகழ்ச்சியைச் சபையே ஆர்வமாகப் பார்த்தது.

சாதாரண அழகிப்போட்டிதான். நவீன அரங்க அமைப்பு. ஒரு முனையில் மூன்று நடுவர்கள். நடுவில் பெண்கள் நடந்து வருவதற்கும் நிற்பதற்கும் பாதை. அதற்கு அருகே பிரமாண்ட வார்ட் ரோப்; இன்னொரு முனையில் ஒரு சின்ன கால் சென்டர்; ஐந்து தொலைபேசிகள்; அழைப்புகளை நிர்வகிக்க ஐந்து ஆண்கள்.

மொத்தம் ஐந்து பெண்களே போட்டியாளர்களாக இருக்கிறார்கள். அடிப்படை உடைகளோடு ஐந்து பேரும் மேடையேறுகிறார்கள். அந்த உடையில் அவர்கள் பெயர்களும் காணப்படும். ஒவ்வொரு பெண்ணுக்கும் ஒரு தொலைபேசி எண் நிர்ணயிக்கப்பட்டிருக்கிறது. யாருக்கு எந்த எண் என்று திரையில் ஸ்க்ரால் ஓடிக்கொண்டிருக்கிறது. நிகழ்ச்சியை தொலைக்காட்சியில் பார்ப்பவர்கள் தங்களுக்குப் பிடித்த பெண்ணைத் தேர்ந்தெடுத்து, குறிப்பிட்ட எண்ணுக்கு அழைக்கலாம். இந்த அழைப்புவழி நிகழ்ச்சியின் முதல் ஐந்து நிமிடத்தில் ஒவ்வொரு பெண்ணுக்கும் பார்வையாளர்களில் இருந்து ஓர் ஒப்பனையாளர் உருவாகிறார். அதற்குப் பின் அந்த

நிகழ்ச்சி முழுவதும் அந்தப் பெண், அந்தப் பார்வையாளரின் அறிவுரைக்கேற்ப ஒப்பனை செய்யவேண்டும். இதில் பல்வேறு கட்டடங்களும் உண்டு. இறுதியில் சிறந்த பெண் பார்வையாளர் ஜோடியை நடுவர்கள் தேர்ந்தெடுப்பார்கள்.

இது நேரலை நிகழ்ச்சி. கால அளவு அறுபது நிமிடங்கள். மூன்று நடுவர்கள் இரண்டு தொகுப்பாளர்கள் வாரம் இருமுறை உள்ளரங்கில் Cost Per Episode - 2.75 Lakhs என்று, நிகழ்ச்சியின் அனைத்துப் பரிமாணங்களையும் தேவைகளையும் மிகத்தெளிவாக வரிசைப்படுத்தினாள், மானசா.

எனக்கு அந்த நிகழ்ச்சியில் பெரிய உடன்பாடு இல்லையெனினும், அவள் அதை எடுத்துக்காட்டிய முறைக்கு கைதட்டவேண்டும்போல் இருந்தது. சுந்தரம் பிள்ளை கைதட்டி தொடங்கிவைத்தார். நான் அதைப் பிடித்துக்கொண்டு பெருத்த ஓசை செய்துவிட்டேன். பெருந்தலைகள் குனிந்து அவரவர் நோட் பேடில் குறிப்புகள் எழுதிக்கொண்டார்கள். படுத்தன பென்சில்கள். அடுத்தது ராகவன்.

முதல் காட்சியில், புர்ஜ் டவர்போல ஒரு வானளாவிய தூண். கீழே அந்தத் தூணைச் சுற்றி மக்கள் வெள்ளம். தூணின் நடுவே 'Prohibition Pillar' என்று செதுக்கப்பட்டிருக்கிறது.

"இது ஒரு தொலைக்காட்சி நிகழ்ச்சினு சொல்வதைவிட, ஒரு மிகப்பெரிய சமூக நிகழ்வுக்கான தயாரிப்புனு சொல்லலாம்" மிகுந்த நடுக்கத்தோடு ராகவன் பேசத்தொடங்கினான்.

அது ஒரு கலைநிகழ்ச்சிகளின் தொகுப்பு. அந்த நிகழ்ச்சிகள் அனைத்தும், பொதுமக்கள் பார்வையாளர்களாக வரும் பெரும் அரங்குகளில் நடைபெறவேண்டும். அந்த நிகழ்ச்சிகள் வழி தொலைக்காட்சி ஈட்டும் பணத்தைக்கொண்டு நகரத்தின் மையப்பகுதியில் மதுவிலக்குத்தூண் உருவாக்கப்பட வேண்டும். தூண் எப்படி உருவாகிறது என்பதே heart of reality. கலைநிகழ்ச்சிகள் மொத்தம் ஐந்து சீஸனாக நடக்கும். எல்லா சீஸனிலும் மதுவுக்கு எதிரான பிரசாரம் அடிநாதமாக இருக்கும். தொலைக்காட்சியின் நிகழ்ச்சிப் போக்கும், தூணின் வளர்ச்சியும் இரண்டறக் கலந்த திட்டம் இது. ஒரு நிகழ்ச்சி உயரத்தை நோக்கி நகரும்போது பெரிய அளவில் கவனத்தை ஈர்க்க முடியும் என்று ஒரு நீதிமன்ற வசனத்தின் அழுத்தத்தோடு முடித்தான். Cost Per Episode 1.5Lakhs.

காான்பரன்ஸ் அறை மௌனத்தில் கவிழ்ந்தது. எல்லாரும் ஒருவரையொருவர் பார்த்துக்கொண்டார்கள். அந்த ஐந்து சீசன் நிகழ்ச்சிகளைப் பற்றி சுந்தரம் பிள்ளை சில கேள்விகள் எழுப்பினார்.

ஔவையாரிடம் முருகன் பதில் சொல்வதுபோல தெய்வீகத் தெளிவோடு ராகவன் பேசினான். அவனது அந்த சிந்தனை எல்லாருடைய மனதையும் தொட்டது என்பதை மறுக்க முடியாது. அந்தத் தொடுதல், பென்சில்கள் வழி நோட் பேடில் மொழிபெயர்ந்திருக்கும் என்று உறுதியாக நம்பினேன். ஆனால், பிள்ளையைத் தவிர யாரும் ஆர்வம் காட்டவில்லை.

அந்த மௌனத்தை விரும்பாத ராகவன் "பெனாசிர் போ!" என்று கட்டளையிட்டான். அவனது எதிர்பார்ப்பைப் புரிந்துகொண்ட உரிமையாளர்களில் ஒருவர், ராகவனைப் பார்த்து புன்முறுவல் செய்தார். அவருக்கே தெரியாமல் அதைத் திருப்பிக்கொடுத்துவிட்டான்.

பெனாசிர் தன் நிகழ்ச்சி பற்றிய குறிப்புகளைத் தொடங்கும் போது எல்லாருக்கும் பெரும் பசி!

"We'll finish this one and break for lunch" – பிரேம் நம்பிக்கை தெரிவித்தார்.

பழம்பெரும் இசைக்கருவிகளை மையமாகக்கொண்டிருந்தது பெனாசிரின் 'தொலைந்த காற்று' ஐடியா. Ancient Instruments Society என்ற பிரிவை நாம் தொடங்கவேண்டும் என்று சொல்லிவிட்டு, சில பழங்கால இசைக்கருவிகளின் படங்களைக் காட்டினாள். ஒவ்வொன்றும் காட்டுக் குரங்கு கடித்துப் போட்டதுபோல் இருந்தது.

கருவிகளைப் பற்றிய வரலாற்றில் தொடங்கி நாம் தொடங்கவிருக்கும் பயிற்சி மையத்தில் நடக்கும் நிகழ்வுகளைக் கதையமைத்து மெல்ல மெல்ல போட்டி மேடைக்கு நிகழ்ச்சியை எடுத்துச்செல்லலாம் என்று, தான் வரைந்திருந்த flow chartஐ தமிழாக்கம் செய்தாள். பாண்டிய மன்னன், அவுரங்கசிப், லூயி மன்னன் இந்த மூன்று மன்னர்களின் அரண்மனைக் கூடங்களும் ஒருங்கிணைந்த ஒரு வடிவத்தில் போட்டி அரங்கம் அமையும் என்று சொன்னவள், அடுத்தக் காட்சியில் அப்படி ஓர் அரங்கத்தை மெய்நிகர் தொழில்நுட்பத்தோடு சுற்றிக்காட்டினாள். எபிஸோட் பிரேக்அப் சொன்னது பெனாசிர் மட்டும்தான்.

RESEARCH DOCUMENTARY ON ANCIENT INSTRUMENTS - 5 EPISODES

TRAINING SESSION IN AND AROUND THE AI SOCIETY - 10 EPISODES

COMPETITION AT THE PALACE HALL ROUND 1 - 10 EPISODES

COMPETITION AT THE PALACE HALL - ROUND 2 - 10 + 2 > 12 EPISODES

NO OF EPISODES - 37

COST PER EPISODE - 5.5 LAKHS

தன் காட்சித் தொகுப்பின் கடைசி ஸ்லைடில் இந்தத் தகவல்களோடு முடித்திருந்தாள்.

“எல்லாரும் நிறைய வேல செஞ்சு கொடுப்பீங்கனு பாத்தா, எங்களுக்கு நிறைய வேல வைப்பீங்க போலிருக்கே...” உரிமையாளர்களில் ஒருவர் சிரித்துக்கொண்டே இருக்கைவிட்டு எழுந்தார். இரண்டு நாட்கள் கழித்துதான் அவர்களுடைய விமர்சனங்கள் வரும் என்று எனக்கு ஏற்கெனவே தெரியும். மற்றவர்கள் வெளியேறியதும் நாங்கள் ஐந்து பேர் மட்டும் அந்த அறையில் இருந்தோம்.

“உங்க எல்லார்கிட்டயும் ஆட்டோகிராப் வாங்கணும்னு ஆசையா இருக்கு. உங்க ஐடியாஸ்ல எனக்குச் சின்னச் சின்ன முரண்பாடு இருக்கு. ஆனா, ஓவராலா பாக்கும்போது வெல்டன்!”

என் புத்தகத்தை அவர்களின் கையெழுத்துக்காகத் திறந்து வைத்தேன். ராகவனைத் தவிர எல்லாரும் கையெழுத்திட்டுச் சென்றார்கள்.

8

அன்று, ராகவன் என் படத்தொகுப்பு அறைக்கு வந்தான். என் தோள்களில் கைவைத்தான். அவனுக்குத் தெரியவருவதற்கு முன் எனக்கு வந்துவிட்டது, செய்தி. 'முன்மொழியப்பட்ட மூன்று நிகழ்ச்சிகளுமே சாத்தியமில்லை' என்று நிர்வாகம் சொல்லிவிட்டது.

"இதுல எனக்கு எந்த பங்கும் இல்லப்பா... என்ன முறைக்காத!" என்று நான் சொன்னதும் ராகவன் என்னைக் கட்டித்தழுவிக்கொண்டான். அவனுடைய 'மதுவிலக்குத் தூண்' நிகழ்ச்சியை எப்படியாவது செயல்படுத்தவேண்டும் என்று நான் சுந்தரம் பிள்ளையிடம் ஒரு மணிநேரம் வாதம் செய்ததை சந்திரபாபு, ராகவனிடம் சொல்லியிருக்கிறார்.

"தேங்க் யூ டெரன்ஸ்!"

எனக்கும் கொஞ்சம் நெகிழ்ச்சியாகத்தான் இருந்தது. ஆனால், என்ன மறுவார்த்தை பேசுவதென்று தெரியவில்லை. அந்த எமோஷனல் காட்சியிலிருந்து உடனே கட் செய்து, அடுத்தடுத்தக் காட்சிகளுக்குள் நகரத்தோன்றியது. அதற்கு உதவுகிற வரையில், கதவைத் திறந்துகொண்டு வந்தான் நிலா சுந்தரம்.

"பரிசுத்த ஆத்மாவாகிவிட்ட நண்பர்களே... ஷோ ரிஜெக்ட் ஆனத, டீ வேர்ல்டுக்குப் போய் கொண்டாடலாமா?"

தொலைக்காட்சி அலுவலகம் இருக்கும் அதே தெருவின் முனையில் ஓர் ஓரமாக நிறுத்திவைக்கப்பட்டிருக்கிறது, இந்தப் 'பிரியங்கா டீ வேர்ல்ட்'!

ஐம்பது வயது மதிக்கத்தக்க அகிலாண்டம்தான் இந்தத் தள்ளுவண்டியின் அதிபதி. 'உரிமை அகிலாண்டம்' என்று வண்டியின் அனைத்துத் தகரங்களிலும் எழுதியிருப்பார். இந்த இடத்தில் இருந்து சுமார் இரண்டு கி.மீ தொலைவில் தொடங்கும் ஒரு குடிசைப் பகுதியில் வசிக்கும் அகிலாண்டம், தினம் காலை ஏழு மணிக்கு பிரியங்காவைத் தள்ளிக்கொண்டு இந்தத் தெருமுனைக்கு வந்து விடுவார். தேநீர் மட்டுமின்றி கீறல்கள் விழுந்த கண்ணாடி டப்பாக்களில் கமர்கட், மசால் வடை, முறுக்கு, கேக், பிஸ்கெட், தேன்மிட்டாய், சிகரெட் என்று ஒரு பணி இடைவேளைக்குத் தேவையான அனைத்து பொருட்களும் கிடைக்கும். மாலை ஏழு மணிக்கு தேநீர் தேர் திரும்பிவிடும்.

அவருக்குப் போட்டியாகவா அல்லது உதவியாகவா தெரியவில்லை, அகிலாண்டத்தின் மருமகன் இந்தத் தேநீர் வண்டி அருகே 'ராகுல் பாஸ்ட் புட்' என்ற பெயரில் ஒரு சிற்றுண்டி வண்டியோடு உலா வருவான்.

"தம்பி, 'பாஸ்ட் புட்னா' எப்பவோ சுட்டதுனு அர்த்தம்டா. ஒண்ணு, வார்த்தைக்கு முன்னாடி ஆய்த எழுத்தச் சேரு. இல்லனா, தமிழ்லயே 'சிற்றுண்டி'னு எழுது!" பலமுறை அவனுக்கு எச்சரித்தும் அவன் கேட்கவில்லை. திமிர் பிடித்த டவுசர்காரன் அவன். அகிலாண்டத்தின் மிதமான கஸ்டமர் கேர் திறமைகள் அவனிடம் இல்லை. விடிவதற்கு முன்னே ராகுல் வந்து நின்றாலும், எல்லாரும் பிரியங்காவைத்தான் எதிர்பார்த்துக்கொண்டிருப்பார்கள்.

கண்ணாடி டப்பாவில் இருந்த கமர்கட் துண்டுகளை அள்ளி நீட்டினேன். ஆளுக்கொன்று எடுத்துக்கொண்டார்கள். பெனாசிர் மட்டும் அப்பொழுதே சாப்பிடத் தயாராக இல்லாதவள்போல கமர்கட்டை விரல்களில் மூடிக்கொண்டு கைகட்டி நின்றாள். மானசா, ஒரு சிகரெட் வாங்கி பற்ற வைத்தாள். பெனாசிருக்கு புகை அலர்ஜி என்பதால் அப்படி இப்படி நெளிந்து, என் முதுகின் நிழலில் புகுந்துகொண்டாள்.

மெய்நிகரி

"வேணாம்னு மட்டும் சொன்னாங்களா..? விவரமா எதுவும் சொல்லலயா?" - நீண்டநேரமாக தன் வாயில் வைத்திருந்த கேள்வியைத் துப்பிவிட்டு, கமர்கட் கடித்தான் ராகவன்.

"ராகு, இது ஒரு GEC. General Entertainment Channel. இங்க சமூக நோக்க நிகழ்ச்சிகளுக்கெல்லாம் இடமில்ல. ஒரு நியூஸ் சேனலுக்கு வேணா உன் ஐடியா செட் ஆகலாம்னு சொன்னாங்க. இதுக்கெல்லாம் ஸ்பான்சர் புடிக்கறதுக்குள்ள ஆயுசு முடிஞ்சு போயிடும்னு பிரேம் வேற புலம்பனாரு!" - நடைமுறை சொன்னேன்.

ராகவன் எதுவும் பதில் சொல்லவில்லை. மானசா தன் சிகரெட்டை தரையில் போட்டு மிதித்துவிட்டு, "ஃப்ரீயா விடு ராகு... பாத்துக்கலாம்" என்று, ஆறுதல்போல ஒன்று சொன்னாள்.

"உன் ஷோ பத்தி உனக்குக் கவலையே இல்லையா?" என்று மானசாவைப் பார்த்துக் கேட்டேன்.

"அதான் இல்லனு ஆயிடுச்சுல... அதப் பத்தி நினச்சு பேத்தோஸ் சாங் பாடச் சொல்றியா?"

"இல்லனு யார் சொன்னா?"

தமிழ் சினிமாவின் இறுதிக் காட்சி கல்யாணத்தில், "நிறுத்துங்க!" என்ற வார்த்தை ஏற்படுத்தும் அதே அதிர்ச்சியை, என் கேள்வி ஏற்படுத்தியது.

"உன் ஷோ இருக்கு. ஆனா, அதுக்கு நீ புரொடியூசர் இல்ல!" - உண்மையைச் சொன்னேன்.

"டேய் தம்பி, பில்ட்அப் பண்ணாம நடந்தத மட்டும் சொல்லு?" - மானசா, தன் டீஷர்ட்டின் கைகளைத் தூக்கிவிட்டுக்கொண்டாள்.

"உன் ஷோவோட ஒரு சில எலமென்ட்ஸ் அவங்களுக்குப் பிடிச்சிருக்கு. ஆனா, அத இன்ஹவுஸ்ல பண்றத விட அவுட்சோர்ஸ் பண்றது பெட்டர்னு அரசியல் வட்டாரத்தில சொல்லி அந்த முடிவையும் எடுத்திட்டாங்க. நீ அதுக்கு ஷேடோ புரொடியூசரா இருக்க வாய்ப்பிருக்கு."

"இது என்னடா பைத்தியக்காரத்தனம். இத்தன பேர் இங்க ரெடியா இருக்கும்போது எதுக்கு வெளிய கொடுக்கணும்?" - இது நிலா சுந்தரம்.

“சில தயாரிப்பு நிறுவனங்களோட நிறைய கான்ட்ராக்ட் சைன் பண்ணியிருக்காங்க. அது முடியறதுக்குள்ள அவங்க ஃபுல்லா பயன்படுத்திக்கப் பாக்கறாங்க. அதுல ஒண்ணும் தப்பில்லையே?”

“ஆனா, ஐடியா என்னோடது!”– மானசா குதித்தாள்.

“நீயே சேனலோட ப்ராப்பர்டி அப்புறம் என்ன..? உன் ஐடியா ஓகே ஆயிடுச்சுனு சந்தோஷப்படு. அது மட்டுமில்ல, அவுட்சோர்ஸ் ஆனபிறகு, அந்த ஐடியா எப்படி வேணும்னாலும் மாறலாம். நீ டீவில பாக்கும்போது ‘இது அது இல்ல... இது அது இல்ல’னு நீ தலையப் பிச்சிகிட்டு அலையற அளவுக்கு இருக்கும். அதனாலதான் சொல்றேன், போட்ட பிச்சைய மறந்திரு!” – மானசாவுக்கு நான் வழங்கிய முதல் அறிவுரை இது.

“அந்த ஷோ எனக்குச் சுத்தமா பிடிக்கல. சாரி மானசா. அத எப்படி ஓகே பண்ணாங்கனு எனக்கு ஆச்சரியமா இருக்கு” – பெனாசிர் அரசியலுக்கு வருவாள் என்று நான் எதிர்பார்க்கவில்லை.

“ரொம்ப வெளிப்படையா இருக்காங்களாம்” நிலா சுந்தரம் அதை ரீட்வீட் செய்தான்.

மானசா ஓடிச்சென்று, பெனாசிரைக் கட்டிப்பிடித்து தன் சிகரெட் உதடுகளால் அவள் கன்னத்தில் முத்தமிட்டாள். இருமிக்கொண்டே அவளைத் தள்ளிவிட்டாள், பெனாசிர்.

“பெனாசிரோட ஐடியா நல்லா இருக்கு... ஆனா, காஸ்ட் அதிகமா இருக்குனு ரிஜெக்ட் ஆயிடுச்சு!” – அதை ஏன் விட்டுவைக்கவேண்டும் என்று அனைத்துத் தகவல்களையும் தெரிவித்துவிட்டேன்.

“டெரன்ஸ், இன்னிக்கு தமிழ்நாட்ல நாம பாக்கற பெரும்பாலான டிவி நிகழ்ச்சிகள், வெளிநாட்டு நிகழ்ச்சிகளோட உள்ளூர் பிரதியாத்தான் இருக்கு. KFC சிக்கன் மேல மிளகாப்பொடியும் கொத்தமல்லியும் தூவி விக்கிற அதே மாடல்தான் நம்ம டிவி மீடியால பரவிக் கிடக்கு. ஒரு ஒரிஜினாலிடிய நோக்கிப் போக நாம் ஏன் பயப்படறோம். இந்த கிரியேட்டிவ் டிப்பண்டன்சிய விட்டு எப்ப நாம வெளிய வரப்போறோம்?” – ராகவன் ஏங்கினான்.

"அப்படியெல்லாம் நம்ம மீடியாவ குறைச்சு எடபோட முடியாது. நீ சொல்ற இந்த மாடல் சமீபத்திய விளைவுதான். உலகமயமாதலோட ஒரு பிரதிபலிப்புதான். எல்லாருமே மேற்கத்திய சந்தைக்குக் கட்டுப்பட வேண்டியிருக்கு!" - பெனாசிர் ஒரு படி மேலே சென்றாள்.

"இதுக்கும் ராகவனால பதில் சொல்ல முடியும்ன்ற நம்பிக்க எனக்கு இருந்தாலும், இந்தச் சபைய நான் கலைக்கறேன், மிஸ்டர் டெரன்ஸ்! நம்ம உடனடி காரியம் என்ன?" - நிலா சுந்தரம் எல்லாரையும் தரைக்கிழுத்தான்.

"இசை தொடர்பா ஒரு ஷோ... ஐடியா உருவாகிக்கிட்டு இருக்கு. நாமதான் அத எக்ஸிக்யூட் பண்ணணும். சீக்கிரமே அழைப்பு வரும்!"

அவர்களிடம் எதையெல்லாம் சொல்லவேண்டாம் என்று சுந்தரம் பிள்ளை அறிவுரைத்தாரோ, அவை அனைத்தையும் ஒன்றுவிடாமல் சொல்லி சந்திப்பை நிறைவு செய்தேன்.

தேநீர் கடையில் இருந்து மீண்டும் அலுவலகம் நோக்கி நடந்தபோது எதிரில் பட்டாபிராமன் தன் காரில் வந்துகொண்டிருந்தார். வேகமாக வந்த கார் சாலையோரம் நடந்த எங்களைப் பார்த்ததும் வேகம் குறைந்தது. மானசா அவரைப் பார்த்துச் சிரித்து, கையசைத்து வழியனுப்பினாள்.

9

அன்று, மானசாவை பைக்கில் ஏற்றிக்கொண்டு புறப்பட்டபோது பாக்கெட்டில் இருந்த செல்போன் தொடர்ந்து அதிர்ந்தது.

“வண்டிய ஓரமா நிறுத்திட்டுப் பாருடா!” – மானசாவால் அந்த அதிர்வை சகித்துக்கொள்ள முடியவில்லை.

“காண்டீபனாத்தான் இருக்கும். பென்டிரைவ்காகப் பேசுவார். அங்கதான போய்க்கிட்டு இருக்கோம்... பாத்துக்கலாம்.”

ஒரு திடீர் பள்ளத்தில் வண்டி இறங்கி விழத் தெரிந்து பின் கட்டுப்பாட்டுக்குள் வந்தது.

“தம்பி, இன்னிக்கு அக்கா கொஞ்சம் மோசமான கண்டிஷன்ல இருக்கேன். உன் சாகசங்களக் காட்டி என்ன சாகடிக்காதடா!”

“புரிஞ்சுட்டது... மங்காத்தா உன்ன கைவிட மாட்டா.”

“யாருடா அது மங்காத்தா?”

“என் வண்டி பேரு... தெரியாதா? சரி, ஃபோன் பண்ணி, அந்த வண்டி கிளம்பியாச்சானு கேளு.”

கிழக்குக் கடற்கரைச்சாலையின் சுங்கச்சாவடியில் ஐந்தாவது வண்டியாக நின்றாள், மங்காத்தா. மானசா, ஃபோன் எடுத்து டயல் செய்து முடிப்பதற்குள், ஒரு சாம்பல் நிற சேண்ட்ரோ பக்கத்து வரிசையில் வந்து நின்றது. தாமதமாகப் புறப்பட்டாலும் ராகவனின் வேகம் எங்களை ஒன்றுசேர்த்து விட்டது. ராகவன் ஜிப்பா, அருகில் அமர்ந்திருந்த நிலா வேட்டி சட்டை, பின் இருக்கையில் இருந்த பெனாசிர் பட்டுப்புடவை, அந்த சுங்கச்சாவடியின் சந்திப்பில் ஒருவரிச் செய்திகளாக எங்களைக் கடந்துவிட்டார்கள்.

“டெரன்ஸ்... அவங்கதாண்டா கல்யாணத்துக்கு வர்ர மாதிரி வந்திருக்காங்க. உன் இரண்டு சட்டை – என் கசங்கிப் போன குர்தா – நம்மள கிச்சன்லகூட சேக்கமாட்டாங்க!”

மகாபலிபுரத்தின் சன் வேவ் ரிசார்ட்டில் கல்யாண வரவேற்பு. யாருக்கும் யாருக்கும்? அந்தக் கல்யாணத்தின் சிறப்பம்சம் என்ன? மானசா நகரத்துப்பெண் என்றாலும், அவளுக்குள் ஓர் ஊர்க்கிழவி உண்டு. கதை கேட்பதாக இருந்தாலும், கதை சொல்வதாக இருந்தாலும் அவளது கண்களும் காதுகளும் விறுவிறுப்பாக விரியும். சற்றுநேரத்தில் நாங்கள் சந்திக்கவிருக்கும் திருமணத்தின் கதையை, அவளுக்கு கருப்பு வெள்ளையில் தொடங்கி சில நடிப்புப் பதிவாக்கத் தகவல்களோடு முடித்தேன். அவளது முகத்தைக் கண்ணாடியில் பார்த்தபோது அது மிக்கி மவுசின் முகத்தை விட மிரண்டு போயிருந்தது. கதை அப்படி!

உத்தமன், ராகினி என் சக எடிட்டர்ஸ். இரண்டு பேரும் சன் டி.வி.யில் வேலைக்குச் சேர்ந்து, பின் விஜய் டி.வி.க்கு மாறி, கடைசியாக மாடப்புறா தொலைக்காட்சியில் சீனியர் வீடியோ எடிட்டர்ஸாக பணிக்குச் சேர்ந்தார்கள். சன் டி.வி.யில் இருந்தபோதே இவர்களின் காதல் உதயமாகிவிட்டது. விஜய் டி.வி.யில் இருந்தபோது வீட்டில் தெரிவித்திருக்கிறார்கள். மாடப்புறா தொலைக்காட்சிக்கு வந்துதான் திருமணம் நடக்கவேண்டும் என்பது விதி. அந்த விதிக்கு முன்னால் ஏற்பட்ட ஒரு ஜோசியத் தடைதான் கவனிக்கப்படவேண்டிய ஒன்று.

தங்கள் காதலை வீட்டில் சொன்னதும், நீண்ட நாட்களுக்குப் பின் சம்மதித்த பெற்றோர்கள், ஜாதகப் பொருத்தம் பார்த்திருக்கிறார்கள்.

"இந்த ஜாதகத்துக்கு மழலை விருத்தம் இல்லை. அதாவது, இவர்கள் திருமணம் செய்து கொண்டாலும் ஜாதகத்தின்படி இவர்களுக்குக் குழந்தை பிறக்காது. அப்படிப் பிறந்தாலும் அது இருவரில் ஒருவரின் உயிரைக் காவு வாங்கிவிடும்!" என்று ஒரு 'டேக் டைவர்ஷனை' உருவாக்கிவிட்டார், ஜோசியர்.

"இந்தத் திருமணமில்லையெனில் எங்கள் வாழ்வில் வேறு திருமணமே வேண்டாம்!" என்று உத்தமனும் ராகினியும் உறுதியாகச் சொல்லிவிட்டார்கள்.

ஜோசியத்தில்தான் ஒரு தடை இருந்தால் அதற்கு ஒரு பரிகாரம் இருக்குமே. பெற்றோர்கள் விடவில்லை. ஆனால், ஜோசியர் ஒரு சதிகார பரிகாரத்தை முன்வைத்தார்;

"மாங்கல்ய சம்பவத்துக்குப் பின் ஏற்படும் விளைவுகள் விபரீதமாக இருக்கும்பட்சத்தில், சம்பவத்துக்கு முன் மழலைச்செல்வம் கொள்ளுதல் ஜாதகத் தடைகளை நீக்கிவிடும். ஆனால், மழலைக்குக் குறைந்தது ஒரு வருடம் இருக்கும்போதுதான் இந்த விவாகம் நடக்கவேண்டும்!"

ஜோசியரின் ஆலோசனையைக் கேட்டு பெற்றோர்கள் கடுப்பேறிப்போனார்கள். உத்தமனின் தந்தை மட்டும் இதற்கு உடன்பட்டார். மெல்ல மெல்ல எல்லாரையும் உடன்படவைத்தார். ராகினியின் தாயால் இதை ஜீரணிக்க முடியவில்லை. அந்த முரண்பாடுகளைத் தாண்டி திருமணத்துக்கு முன்பே இரண்டு குடும்பங்களும் ஓர் அதிகாரபூர்வமான முதலிரவுக்கு ஏற்பாடு செய்தார்கள். ஜோசியரின் ஆசியோடு எல்லாம் ஷேமமாகவும் ஷேம்ஷேமாகவும் நடந்து முடிந்தது.

அடுத்த மாதமே ராகினி கருவுற்றாள். இதில் ஆச்சர்யம் என்னவென்றால், தங்களின் உறவுகளிடமோ நண்பர்களிடமோ இரண்டு குடும்பங்களுமே இதை மறைக்கவில்லை. நடந்து கொண்டிருக்கும் திருமண வரவேற்பில்கூட, மணமக்கள் அமர்ந்திருந்த மேடையில் குழந்தைக்கு ஒரு பட்டுத்தொட்டிலும் கட்டப்பட்டு, திருமணமும், குழந்தையின் முதல் பிறந்தநாள் கொண்டாட்டமும் ஒரேநாளில் நிகழ்கிறது!

மெய்நிகரி

“டெரன்ஸ், யாருகூட ஃபோட்டோ எடுத்தாலும் எடுக்காமப் போனாலும் அந்த ஜிம்மாங்கோ ஜோசியர்கூட ஒரு ஃபோட்டோ எடுத்து முகநூல்ல அப்லோட் பண்றோம்!” – கல்யாண அரங்கத்தின் பார்க்கிங்கில் நுழைந்தபோது மானசா எடுத்த சபதம்!

இரவு மணி 7. கல்யாணத்தில் பெருங்கூட்டம். மணமக்கள் இருவரும், மூன்று தொலைக்காட்சிகளில் வேலை பார்த்தவர்கள் என்பதால் மும்முனைத் தாக்குதலாக இருந்தது. ஒருபக்கம் பட்டிமன்றம் ராஜா, பாரதிபாஸ்கர். இன்னொருபக்கம் கோபிநாத், சிவகார்த்திகேயன், திவ்யதர்ஷினி என்று பிரபலங்களால் நிறைந் திருந்தது அரங்கம். கலாநிதிமாறன் வந்துகொண்டிருப்பதாகத் தகவல் சொன்னார்கள். வாசலில் நின்றுகொண்டிருந்த சுந்தரம் பிள்ளை, அருகில் அமர்ந்திருந்த செக்யூரிட்டியை விட அழுக்காக இருந்தார். யாருக்கோ காத்திருந்தார்.

நானும் மானசாவும், மற்ற மூவரையும் தேடித்தேடி இறுதியில் உணவுக்கூடத்தின் வாசலில் நிலா சுந்தரத்தைக் கண்டுபிடித்தோம்.

“டேய் நிலா கமிநாட்டி! நேரா கொட்டிக்க வந்துட்டயா? போய் வாழ்த்திட்டு வருவோம். வாடா” என்று, அவன் கையைப் பிடித்திழுத்தபோது, தூரத்தில் தன் தோழியோடு பேசிவிட்டுத் திரும்பினாள், பெனாசிர். கடவுளே... அதெப்படி புடவை கட்டியதும் சில பெண்கள் தேவதைகளாகிவிடுகிறார்கள். அவள் பச்சை ஆடையும், அளவான அலங்காரங்களும் என்னைப் பரிதவிக்கவைத்தன. முதன்முறையாக வெளிப்படையாகவே அவளை ரசித்தேன். கையில் பரிசுப்பொருளோடு என் தோள்தட்டி அழைத்த ராகவனையும் என்னால் உணரமுடியவில்லை. பெனாசிர் நடந்து வந்து, என் முகபாவனைகளைப் பார்த்துவிட்டு கொஞ்சம் தள்ளியே நின்றாள்.

இந்த ரசாயன மாற்றங்களைக் கவனித்த நிலா சுந்தரம், “டேய் டெரன்ஸ் கமிநாட்டி! வாழ்த்திட்டு வர்லாம். வாடா” என்று என் கையைப் பிடித்திழுத்தான்.

எல்லாரும் மேடை நோக்கி நகர்ந்தோம். ஒரே வண்டியில் வந்தவர்கள் எல்லாம் ஒன்றாகவேதான் இருப்பீர்களா? நிலா, ராகவன் பாதுகாப்பில் பெனாசிர் ஒளிந்து மறைந்து

நடந்தபோது கேட்கத் தோன்றியது. ஏனோ தெரியவில்லை அந்த தூரம் வலித்தது. ஒளிப்பதிவாளர் காண்டீபன் ஓடிவந்து என் வலியைக் கொஞ்சம் திசைதிருப்பினார்.

“டேய்... எங்கடா பென்டிரைவ்?”

அதில் எவ்வளவு முக்கியமான படம் இருக்கிறது என்பதை அந்த நிமிடம்வரை நான் உணரவில்லை. படபடப்போடு பாக்கெட்டைத் துழாவி எடுத்துக்கொடுத்தேன். நாங்கள் மேடையேறும் வரிசையில் நின்றுவிட்டோம். ஒரு மிகப்பெரிய திரையில் அந்தப் படம் ஓடத்தொடங்கியது.

‘திருமணத்துக்கு முன்’ என்ற டைட்டிலோடு தொடங்கியது. அது முழுக்க முழுக்க காண்டீபனுடைய வேலை. அலுவலகத்தில் ஆயிரம் பணிகளுக்கிடையிலும், உத்தமனும் ராகினியும் எப்படியெல்லாம் காதலித்திருக்கிறார்கள் என்பதை, ஒரு ஸ்பை கேமிரா செட்அப்பில் காண்டீபன் பதிவு செய்திருக்கிறார்.

அதில், சராசரி உரையாடலில் இருந்து சல்லாப உரையாடல் வரை எல்லாமே பதிவாகியிருந்தது. ஒரு ஓபன் மீட்டிங்கில்கூட இருவரும் அருகருகே அமர்ந்து தங்கள் விரல்களை உரசிக்கொள்ளும் நுட்பமான காட்சிகளையெல்லாம் காண்டீபன் படம்பிடித்திருந்தார். முத்தக்காட்சிகளும் உண்டு. ஆனால், இதழ்கள் நெருங்கும்போது அதை கட் செய்து அங்கே ஒரு சினிமா பாடலை சேர்த்துவிட்டேன். அரங்கமே அந்த வீடியோவை மிகவும் ரசித்துக் கைதட்டி, ஆரவாரம் செய்து பார்த்துக்கொண்டிருந்தது.

உத்தமனும் ராகினியும் வெட்கத்தில் மூழ்கி எழுந்து, “தயவுசெய்து நிறுத்துங்க!” என்று கத்த, அதற்கு, “அதெல்லாம் முடியாது... இதெல்லாம் நாங்க எப்ப பாக்கறது?” என்று சுந்தரம் பிள்ளை பதில் சொல்லி, படம் ஓடிக்கொண்டிருந்தது.

“இந்த Paranormal activityக்கு நீதான் எடிட்டரா?” – மானசா தலையில் அடித்துக்கொண்டாள்.

மேடையில் ஏறி இருவரையும் வாழ்த்திவிட்டு, அருகே தொட்டிலில் உறங்கிக்கொண்டிருந்த குழந்தையைக் கொஞ்சி விட்டு இறங்கினோம். மானசாவின் கண்கள் மட்டும் ஜோசியரைத் தேடின. அவர் கிடைக்கவில்லை. உணவுப்

பிரிவில் சைவம், அசைவம் இரண்டுமே இருந்தது. ராகவனும் நிலா சுந்தரமும் அசைவப் பிரிவுக்குச் சென்றுவிட்டார்கள். நாங்கள் மூவரும் சைவப் பிரிவை நோக்கி நடந்தோம்.

“நீ போய் கறி சாப்பிடவேண்டியதுதான..?” – மானசா பெனாசிரைப் பார்த்துக் கேட்டாள்.

“கல்யாணங்கள்ல எனக்கு சைவம்தான் பிடிக்கும்” – பெனாசிர், தன் புடவையைச் சரிசெய்துகொண்டு பதில் சொன்னாள்.

“நீங்க ஏன் சர் சைவம்..? டயட்டா?” – மானசாவின் கேள்வியில் அவள் பசி தெரிந்தது.

“யெஸ்!”

மூன்று இடங்கள் காலியாக இருந்தன. நான், என்னருகில் மானசா, அவளருகில் பெனாசிர் என்ற வரிசையில் அமர்ந்தோம். என்ன தோன்றியதோ தெரியவில்லை... மானசா, தான் அசைவப் பிரிவுக்குப் போய் நன்றாகச் சாப்பிடப் போவதாகச் சொல்லி, திடீரென எழுந்து மறைந்துவிட்டாள்.

இப்பொழுது, எனக்கும் பெனாசிருக்கும் இடையே ஒரு காலி நாற்காலி. மாறி உட்கார விருப்பம் இருந்தும் நான் முயற்சி செய்யவில்லை. அந்த இடைவெளி அவசியம் என்பதுபோல பெனாசிர் இயல்பாக இருந்தாள். அந்த நாற்காலியில் அமர பலபேர் வந்தும், “ஆள் வராங்க” என்று சொல்லி அனுப்பிவிட்டேன். அது ஒரு புனிதமான வெற்றிடமாகத் தென்பட்டது. கைகழுவி முடித்ததும் பெனாசிர் என் அருகில் வந்து, என் கண்களைப் பார்த்தாள்.

“டெரன்ஸ், நீ இன்னிக்குத் தப்பா தெரியற. இது சரியில்ல!”

அவள், அன்று என்னிடம் பேசிய சொற்கள் இவை மட்டும்தான். அந்தச் சொற்களை எந்த பெர்மிச்சுவேஷன் காம்பினேஷனில் புரட்டிப்போட்டாலும் நான் கெட்டவனாகத்தான் தெரிந்தேன்!

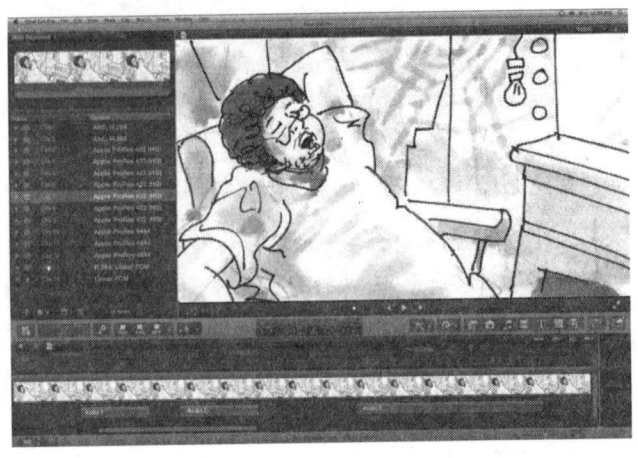

10

இதை ஒரு தொடக்கம் என்று சொல்லலாம். சவாலான தொடக்கம். என்ன செய்வது என்று தெரியாமல் மூன்று வாரங்களாக திரிந்துகொண்டிருந்த எங்கள் அணியை அழைத்து சுந்தரம் பிள்ளை, "இதான் ஐடியா... பட்டயக் கிளப்புங்க!" என்று கதவுகளைத் திறந்தார். அந்தச் சந்திப்பில், ஏனோ 'நாங்கள் ஐந்து பேரும் ஓர் அணியைச் சேர்ந்தவர்கள்' என்ற உணர்வே எனக்கு வரவில்லை.

தொலைக்காட்சி வளாகத்தில் ஒரு நிகழ்ச்சி தொடர்ந்து இயங்கினால்தான், அந்த நிகழ்ச்சியின் தயாரிப்பாளர்கள் ஒருகூட்டுப் பறவைகளாக இருப்போம். நீண்ட நாட்கள் நிகழ்ச்சி இல்லாமல் 'பெஞ்சில்' இருந்தால் வெவ்வேறு தேடல்கள் பிறந்துவிடும். எனக்கு என் சமையல் நிகழ்ச்சியின் படத்தொகுப்பு வேலைகளே சரியாக இருந்தது. ஆனால், மற்ற நால்வரும் அவிழ்த்து விட்ட நாய்க்குட்டிகளைப்போல பரபரப்பாகச் சுற்றி வந்தனர். நீண்ட நாட்களுக்கு ஷோ இல்லாமல் போனால் வேலையை இழந்துவிடுவோம் என்ற பயம் அவர்களுக்கு. நியாயமான பயம்தான்.

சினிமா நட்சத்திரங்களின் பேட்டியை மையமாகக் கொண்ட, 'எட்டிப் பார்க்கலாம் வாங்க!' நிகழ்ச்சியின் தயாரிப்பாளரிடம் சென்று, தன்னை அவருடைய அணியில் சேர்த்துக் கொள்ள கேட்டிருக்கிறான், நிலா சுந்தரம். அவர் சிரித்துக் கொண்டே, "சும்மா கூட இரு" என்று சொல்லியிருக்கிறார்.

நடிகர்களை அழைக்க ஒருவர், தகவல்கள் சேகரிக்க கேள்விகள் தயாரிக்க ஒருவர் என இரண்டு பேர்தான் அந்த நிகழ்ச்சி. அவர்களே பலநேரங்களில் சும்மா இருந்தது போதாதென்று, இவன் ஒரு கூடுதல் சும்மா இருத்தலாகச் சேர்ந்தான். அந்த நிகழ்ச்சிக்கே தான்தான் ஒரு திருப்புமுனை என்பதுபோல நான்கு நாட்கள் இவன் செய்த ஆர்பாட்டத்தில், "நீ வேற எங்கயாவது போய் சும்மா இரு!" என்று துரத்திவிட்டார்கள்.

'முதல் கடையே நம்ம கடைதான்!' என்ற ஷாப்பிங் நிகழ்ச்சியில் தொகுப்பாளராக முடியுமா என்று முயற்சி செய்துகொண்டிருந்தாள், மானசா. டெஸ்ட் ஷூட்டுக்காக இரண்டு பக்க ஸ்க்ரிப்டை இரண்டு வாரமாக மனப்பாடம் செய்துகொண்டிருந்தாள்.

"இவங்க ஏன் இப்படி ஷோ ஷோவா போய் பிச்ச எடுத்துக்கிட்டு இருக்காங்க?" – சந்திரபாபு என்னிடம் வருத்தப்பட்டார். ஷாப்பிங் நிகழ்ச்சி தயாரிப்பாளரை சந்தித்தேன். "டெஸ்ட் ஷூட்டெல்லாம் வேணாம் சர். அவ தேற மாட்டா!" என்று சொல்லியும் மானசாவை அவர் விடவில்லை. அவள் கெட்டநேரம் அந்த டெஸ்ட் ஷூட் ஃபுட்டேஜ் என்னுடைய எடிட் சூட்டுக்குத்தான் வந்தது. அன்று, இரண்டாவது ஷிஃப்ட் எடிட்டர் வராமல் போனதால் நான்தான் அதை எடிட் செய்யவேண்டியிருந்தது.

"வேண்டுதலுக்காக ஆத்துல பழைய துணிய தூக்கிப்போட்டு தூக்கிப்போட்டு, இன்னிக்கு தாமிரபரணியத் திறந்து பாத்தா, ரெண்டாவது ரங்கநாதன் தெருவே தெரியுதுனு சொல்றாங்க" – இந்த வரிகளை மட்டும் முப்பத்து மூன்று முறை பேசி யிருக்கிறாள். நானும் நிலா சுந்தரமும் உட்கார்ந்து அதில் மிக மோசமான 'டேக்' எதுவென்று கண்டுபிடித்து, அதை அவளின் இன்னபிற உளறல்களையும் ஒருங்கிணைத்து, அதையும் ஒரு டி.வி.டி.யில் ஏற்றி 'முதல் கடை' தயாரிப்பாளரின் மேஜைக்கு அனுப்பிவிட்டோம்.

டாய் ஷாப்பில் வாங்கிய ஒரு பிளாஸ்டிக் அரிவாளோடு அடுத்தநாள் அலுவலகம் வந்த மானசா, என்னையும் நிலாவையும் ஓடஓடத் துரத்தினாள். எல்லாரும் வேடிக்கைப் பார்த்துக்கொண்டிருக்க, பெனாசிர்தான் ஓடிவந்து மானசாவை தடுத்து நிறுத்தி அரிவாளைப் பிடுங்கி வீசி எறிந்தாள். அது பறந்துசென்று சந்திரபாபுவின் தலையைச் சீவி தரையில் விழுந்தது. உதட்டைக் கடித்துக்கொண்டே பெனாசிர், அவரிடம் சைகையில் மன்னிப்புக் கேட்டுவிட்டு எங்கள் மூவரையும் சமரசம் செய்தாள்.

கொஞ்சம்கூட டி.ஆர்.பி வராத, ஆனால், தொலைக்காட்சி வட்டாரத்தில் எல்லாரும் மதிக்கிற 'மண்ணாவது' நிகழ்ச்சியில் தான் பெனாசிர் தன்னை இணைத்துக்கொள்ள முயற்சி செய்தாள். தற்கொலை செய்துகொள்ளும் விவசாயிகளைப் பற்றிய ஆவண நிகழ்ச்சி. தயாரிப்பில் ஏழு பேர் ஈடுபடுவார்கள். பெரும்பாலும் கிராமங்களில் தங்கி வாழ்ந்து பணியாற்ற வேண்டியிருக்கும். பெனாசிருக்கு எந்தவிதத்திலும் பொருந்தாத நிகழ்ச்சி. அதுவும் அப்படிப்பட்ட ஒரு பணியில் சேர்ந்துவிட்டு பாதியில் திரும்பினால் அது மனசாட்சியை உறுத்தும். அதைப் புரிந்துகொண்டுதான் பெனாசிர், அந்த நிகழ்ச்சியின் எடிட்டிங்கில் மட்டும் சிறிதுநேரம் செலவிட்டாள்.

ராகவன் மட்டும்தான் தன் கைகளுக்கு விரைவில் ஒரு நிகழ்ச்சி வரும் என்ற முழுமுதற் நம்பிக்கையோடு அலுவலகம் வந்தான். வந்த முதல் ஒரு மணிநேரம் யூடியூபில் எதாவது வீடியோ பார்த்துவிட்டு நேராக எங்கள் அணியின் பணியிடம் அருகே உள்ள பழைய ஒப்பனை அறைக்குச் செல்வான்.

புதிய ஒப்பனை அறை வந்ததும் பழைய அறையை யாரும் பயன்படுத்துவதில்லை. அதுவும் அங்கே பேய் உலவு வதாக வதந்தி பரவியதால் யாரும் தலைவாரக்கூட அங்கே போவதில்லை. கடைசியாக, யாரோ தலைவாரியபோது சீப்பில் இரத்தம் வந்ததாக கதைகள் உண்டு. சந்திரபாபு, அந்த அறைக்கு 'காஞ்சனா பார்லர்' என்று பெயர் வைத்திருக்கிறார்.

இது எதையும் பொருட்படுத்தாத ராகவன், அந்த அறையின் விளக்குகளை அணைத்து, கதவை மூடி, அங்கிருக்கும் நாற்காலியில் அமர்ந்துகொண்டு, ஒரு ஃப்ரீஸ் ஃப்ரேமில் தூங்குவான். மதிய உணவுக்கு மட்டும் எழுந்து

வருவான். அவன் தொடர் தூக்கத்தைப் பார்த்து அந்த அறையில் உலவிய பேய்கள்கூட பொறாமைப்பட்டிருக்கும்.

அந்த அறையில்தான் 'நாளைய இசைப்புயல்' நிகழ்ச்சி பற்றிய எங்கள் முதல் சந்திப்பு நிகழ்ந்தது. ஒரு சிறிய இடைவெளியில் வெவ்வேறு உலகங்களாக சிதறிய நாங்கள் மீண்டும் ஒருங்கிணைந்து சுற்றத் தொடங்கினோம்.

'நாளைய இயக்குநர்' எப்படி இளம் இயக்குநர்களை மையமாகக் கொண்டிருக்கிறதோ, அதே அடிப்படையில் இளம் இசையமைப்பாளர்களைக் கொண்டு இயங்குவதே 'நாளைய இசைப்புயலின்' நோக்கம். டைட்டில் வின்னருக்கு, இயக்குநர் சீனுராமசாமியின் அடுத்தப் படத்தில் இசையமைக்கும் வாய்ப்பு வழங்கப்படும்.

மேற்கண்ட தகவல்களைத் தவிர சுந்தரம் பிள்ளை வேறு எதுவும் சொல்லவில்லை. இந்த ஒன்லைனை ஒரு ஐம்பது வார முழுநீள ஷோவாக வடிவமைக்கவேண்டும்.

காஞ்சனா பார்லரில் ஐந்து பேரும் சில கேள்விகளோடு அமர்ந்திருந்தோம். எல்லா முகங்களிலும், புதிய நாட்களை எதிர்கொள்வதற்கான தாகமும் தவிப்பும் நிறைந்திருந்தன.

11

'அனுபவத்தின் அடிப்படையில் ராகவன்தான் இந்த நிகழ்ச்சியின் தலைமை தயாரிப்பாளராக இருப்பான்' என்றும், 'இனி எந்த ஒரு ஸ்டேடஸ் மீட்டிங் இருந்தாலும் அவன் மட்டும் வந்தால் போதும், அணியே திரண்டு வரும் அவசியமில்லை' என்றும், பிள்ளை, மின்னஞ்சல் அனுப்பியிருந்தார். 'போயும் போயும் ஒரு பேய்த்தூக்கத்திடமா இந்த அதிமுக்கிய கனவை ஒப்படைப்பது..?' என்று எனக்குள் ஒரு கேள்வி எழுந்தாலும் ராகவனின் சில நடவடிக்கை மாற்றங்கள் நம்பிக்கைத் தந்தன.

அன்று காலை, கேன்டீனில் கடாயில் இடுவதற்குத் தயாராக வைத்திருந்த சிக்கன் போண்டா பக்கத்து மேஜையில் நடந்த எங்கள் பரபரப்பான சந்திப்பில் தானாக வெந்திருக்கும்.

"மக்களே... மேனேஜ்மென்ட்டுக்கு ஷோ மெக்கானிக்ஸ் பத்தி ஒரு பிரசன்டேஷன் கொடுக்கணும். அதுதான் அடுத்தகட்ட திட்டம். கூட்டத்தோட கோவிந்தா போடுறதுல எனக்குக் கொஞ்சமும் விருப்பமில்ல. இந்த பாய்ன்ட்ல இருந்தே வேலைய பிரிச்சுக்கலாம்.

ஷோவோட அறிமுக எபிசோட் ஐடியா, தொகுப்பாளர்கள் தேர்வு, செட் டிசைன், நடுவர்களுக்கான ஆப்ஷன்ஸ், லுக் அண்ட் ஃபீல் இந்த விஷயங்கள நானே பாத்துக்கறேன்.

போட்டியில என்னன்ன ரவுண்ட்ஸ் வைக்கப்போறோம் – அந்த ரவுண்ட்ஸ்கான லாஜிஸ்டிக்ஸ் என்ன – இந்த வேலைய மானசாவும் பெனாசிரும் இன்னிக்கே தொடங்கலாம். ஷோ தொடங்கறதுக்கு 45 நாளுக்கு முன்னாடியே ஒரு கால் ஃபார் புரோமோ ஓடியாகணும். இந்த புரோமோவோட நோக்கம் சிம்பிள். இப்படி ஒரு காம்படிடிவ் ரியாலிட்டி ஷோ நடக்குதுனு தெரியப்படுத்தணும்.

இசையமைப்பாளர் ஆகணும்னு துடிச்சிக்கிட்டு இருக்கிற இளைஞர்கள், பெரியவர்கள் நாம கொடுக்கிற முகவரிக்கு அவங்களோட புரொஃபைல அனுப்பிவைக்கணும். புரோமோ டீம்தான் இதப் பண்ணுவாங்க. ஆனா, அவங்களுக்கு நாம ஒரு தெளிவான கம்யூனிகேஷன் டாகுமென்ட் கொடுக்கணும். அந்த புரோமோ டாகுமென்ட நிலா டார்லிங், நீ ரெடி பண்ணு. இதெல்லாம் முடிஞ்சதும் பட்ஜெட்ல உக்காரலாம். நாளைக்கு மதியம் ரெண்டு மணிக்கு நாம மறுபடியும் சந்திப்போம்.”

“நீ போகலாம் என்பவன் எஜமான். வா போகலாம் என்பவன் தலைவன். ராகவா, நீ எஜமானா... தலைவனா?” – கோச்சைடையான் பாடல் வரியை, மானசா, ரஜினி பாடும் தொனியில் உச்சரித்துக்கொண்டே எழுந்தாள். ராகவனின் இந்தப் புதிய பரிமாணத்தைப் பார்த்து எங்களுக்கு சிரிப்புதான் வந்தது. ஆனால், தூக்கம் கலையாத கண்களோடு அவன் வழிநடத்தும் பாங்கு மெல்ல மெல்ல எங்களைக் கவர்ந்தது.

ஈரோடு தமிழன்பனைப்போல் தானும் ஒரு செய்தி வாசிப்பாளராக வேண்டும் என்பதுதான் ராகவனின் தந்தை விருதாச்சலத்தின் ஒரே கனவு. ஆனால், காலப்போக்கில் அவர் ஒரு சிறு பத்திரிகையின் நிருபராக மட்டுமே பணியாற்ற முடிந்தது. தன் ஒரே மகனாவது ஊடகத்துறையில் உயர்ந்த நிலைக்கு வரவேண்டுமென விரும்பினார். ராகவன் அந்த விருப்பத்தை மெல்ல மெல்ல நிறைவேற்றிக்கொண்டிருக்கிறான்.

பெரம்பூர் – திரு.வி.க. நகரில் குடியிருக்கும் அவர்கள் குடும்பம் ராகவனைத் தங்கள் குடும்பத்தின் ஊடகக் குலதெய்வமாகப் பார்க்கிறது.

அடுத்த நாளே, நிலா சுந்தரம் எல்லாரையும் ஒரு சந்திப்புக்கு அழைத்தான். ஒரு ஷோ தொடங்கிவிட்டால் இப்படித்தான் திடீர் திடீரென தலைவர்கள் உருவாகிவிடுவார்கள். ஆனால், இவன் ஒரு விளம்பரவாதி என்பது எல்லாருக்கும் தெரியும்.

ஒரு பென்சிலைக் கொடுத்து சீவச் சொன்னால்கூட அலுவலகத்தின் நடுக்கூடத்துக்குச் சென்று, ஷார்ப்னரை உயர்த்திப்பிடித்து, அதில் பென்சிலைப் புகுத்தி, பதினைந்து பேராவது திரும்பிப் பார்க்கும் வரை அந்தப் பென்சிலைச் சீவி பின் தன் இடத்துக்குத் திரும்புவான். இதன் சிறப்பம்சம் என்னவென்றால் அந்தப் பென்சில் எந்த மாறுதலுக்கும் உட்படாமல் மொக்கையாகவே இருக்கும்.

ராகவன், இரண்டு நாட்களென்று சொன்னதை அவன் ஒரேநாளில் முடித்துவிட்டானாம். தான் எழுதிய புரோமோ ஸ்க்ரிப்டை ப்ரின்ட் அவுட் எடுத்துக்கொண்டு, உலகத் தொலைக்காட்சி வரலாற்றில் பாதுகாக்கப்படவேண்டிய ஓர் ஆவணத்தை தன் கையில் வைத்திருப்பதைப்போல அங்கும் இங்கும் சுற்றி வந்தான்.

இந்த ஆர்வக்கொடூரம் தாங்காமல் எல்லாரும் காஞ்சனா பார்லரில் கூடினோம். இங்கே ஒரு நாற்காலியும், இரண்டு பேர் ஏறி அமர்ந்து கொள்ளக்கூடிய கன்னிவெடித் தாக்குதலுக்குள்ளான பழைய மேஜையும் உண்டு. ராகவன் நாற்காலியில் அமர்ந்துகொண்டான். நான் அந்த மேஜையில் ஏறிக்கொண்டேன். மானசாவை அருகில் அமரச்சொல்லி அழைத்தேன். அவள் ஒரு முடிவுக்கு வருவதற்குள் பெனாசிர் ஓடிவந்து மேஜையில் ஏறிக்கொண்டாள். இருவரின் கனம் தாங்காமல் மேஜை சாய்ந்தது. ராகவன் எழுந்து எங்களைப் பிடித்துக்கொண்டான். அந்த மேஜை சாயாமல் அதில் அமரும் கலையை நானும் பெனாசிரும் வேறுவேறுக் கோணங்களில் அமர்ந்துபார்த்து அறிந்துகொண்டோம். வசதியாக உட்கார்ந்ததும் பெனாசிர் என் கண்களைச் சந்தித்து ஒரு வெற்றிப்புன்னகை புரிந்தாள்.

நிலா சுந்தரம், பக்கத்து மினி கான்ஃபரன்ஸ் அறையில் இருந்து ஒரு டிராயிங் போர்டும் மார்க்கரும் எடுத்து வந்தான். தன் தாளில் இருந்ததை அந்த வெள்ளைப் பலகையில் எழுதி விளக்கினான். இசையைப் பற்றி ரயிலில் இரண்டு பிச்சைக்காரர்கள் பேசிக்கொண்டிருப்பதுபோலவும்

மெய்நிகரி

அவர்களின் உரையாடலில் இருந்து நிகழ்ச்சியின் நோக்கம் வெளிப்படுவதுபோலவும் ஒரு புரோமோ ஸ்க்ரிப்ட் எழுதியிருந்தான். எனக்கு அந்த கான்செப்ட் பிடித்திருந்தது. ஆனால், கொஞ்சம் வளவள கொழகொழவென இருந்தது. என்னுடைய மனசாட்சியைப்போல் ராகவன் பேசினான்.

"நல்லா இருக்கு நிலா. நல்ல ஸ்டார்ட். ஆனா, நீ பயன் படுத்தியிருக்கிற பாத்திரங்களுக்கு ஜஸ்டிஃபிகேஷனே இல்ல."

"அது எதுக்கு ராகு..? அவசியமில்லையே!" – மானசா களமிறங்கினாள்.

"தேவ மானசா. பிச்சக்காரங்களுக்கும் இந்த ஷோக்கும் என்ன சம்மந்தம்?"

"இந்த ஷோவையே நாமதான் தயாரிக்கிறோம்" – கெக்க பெக்கவென சிரித்தான் நிலா சுந்தரம். அவனைத் தவிர யாரும் சிரிக்கவில்லை.

"டேய் வெண்ண. நம்ம ஷோ ஒரு பிரமாண்ட ஷோ. அந்த பிரமாண்டத்த புரோமோல இருந்தே காட்டணும். பிச்சக்காரன்கிட்ட இருந்து தொடங்கினா இம்பரஸிவா இருக்காது. உன்கிட்ட இன்னொரு விஷயம் சொல்லணும். ஏன் இவ்வளவு பெரிய உரையாடல்..? இவ்வளவு டெக்ஸ்ட் ஏன்?" – ராகவன் ஊடுருவினான்.

"இல்ல ராகு, இந்த கான்வெர்சேஷன் வழியா ஐடியாவ கன்வே பண்றோம்" – நிலா, தொடர்ந்து தன் வாதத்தில் நின்றான்.

"அய்யோ நிலா... இது விஷுவல் மீடியா. ரேடியோ கிடையாது. விஷுவலா கம்யூனிகேட் பண்ண ஆயிரம் வழி இருக்கும்போது ஏன் பேசிக்கிட்டே இருக்கணும்?"

"விஷயத்தத் தெளிவா சொன்னாதான் ஜனங்ககிட்டப் போய்ச் சேரும்."

அந்த வாக்குவாதம் அன்று முடியும் என்ற நம்பிக்கையை மற்ற மூவரும் இழந்துவிட்டோம். சிறிதுநேரம் மௌனம் நிலவியது. ராகவன், மானசாவின் டீஷர்ட்டையே பார்த்துக்கொண்டிருந்தான். அதில் 'பெட்ரோமாக்ஸ் லைட்டேதான் வேணுமா?' என்று எழுதியிருந்தது. அவன், நீண்டநேரம் அந்தப் பகுதியை உற்று உற்றுப்பார்த்ததில் அவள், லேசாக நெளியத்தொடங்கிவிட்டாள்.

“டேய், நீ ஏதோ யோசிக்கறனு தெரியுது. வேற எங்கயாவது பாத்து யோசி” – மானசா தன் டீஷர்ட்டை உதறினாள்.

“நிலா உனக்கு கவுண்டமணி பிடிக்குமா, செந்தில் பிடிக்குமா?” – ராகவன் என்ன யோசித்துக்கொண்டிருந்தான் என்பது எனக்குப் புரிந்துவிட்டது. நிலா சுந்தரம் விழித்தான்.

“சரி, கேள்விய இப்படிக் கேக்கறேன்... இன்னும் முப்பது வருஷம் கழிச்சு அன்னிக்கு இருக்கிற தலைமுறைக்கு கவுண்டமணிய அதிகம் தெரிஞ்சிருக்குமா, இல்ல செந்தில தெரிஞ்சிருக்குமா?”

“ஒருத்தர தெரிஞ்சிருந்தா இன்னொருத்தரயும் தெரியும்” – நிலா சுந்தரம் வேறு திசையில் வந்தான்.

”இல்ல நிலா. என்னோட சிறுமூளைக்கு செந்திலதான் எல்லாருக்கும் தெரிஞ்சிருக்கும்னு தோணுது.”

“யேய், கவுண்டர் இஸ் எவர்கிரீன்யா!” மானசா பொங்கி எழுந்தாள்.

“அடியே, உன்னவிட நான் அவருக்குப் பெரிய ரசிகன். இங்க அது பிரச்னை இல்ல. இரண்டு பேருக்கும் ஒரு மிகப்பெரிய வித்தியாசம் இருக்கு. கவுண்டமணியோட நகைச்சுவை பெரும்பாலும் மொழி சார்ந்தது. செந்திலோட நகைச்சுவை உடல் சார்ந்தது. செந்திலோட தோற்றம் அசாதாரண தோற்றம். அதுல இருக்கிற ஊடுருவல்தன்மை கவுண்டமணியோட தோற்றத்துல கிடையாது. மீடியால மொழி பயணிக்கிற தூரத்தையும் ஆழத்தையும் விட உடல் பாவனைகள் பயணிக்கிற தூரம் அதிகம்.

இதுக்கு சார்லி சாப்ளினுக்குப் போகவேண்டிய அவசியமில்ல. ‘காதலிக்க நேரமில்லை’ படத்துல நாகேஷ் கதை சொல்ற சீனே போதும். இன்னிக்கும் அது டி.ஆர்.பிய அள்ளுது.

அந்த சீன்ல, அவர் சொல்ற கதைய, நீ ஒரு பேப்பர்ல எழுதிப் படிச்சா அடச்சீனு இருக்கும். ஆனா, அச்சம்ங்ற உணர்வுக்கு அவங்க இரண்டு பேரும் சேந்து ஒரு கலர்ஃபுல்லான உருவம் கொடுத்திருப்பாங்க. நாகேஷ் அந்தக் கதையச் சொல்லும்போது, பாலையாவின் முகத்தில வழியற வேர்வைகூட அங்கே ஒரு முக்கியமான ரோல் ப்ளே பண்ணியிருக்கிறதுதான் உண்மை!”

“ராமகிருஷ்ணர விட விவேகானந்தர் பரவி இருக்கிறது... முருகன விட பிள்ளையார் பிரபலமாக இருக்கிறது... இதையெல்லாம்கூட உதாரணங்களாகச் சொல்லலாம்.” ராகவனின் தத்துவத்துக்கு பெனாசிர் ஆன்மிக ஆதரவு தந்தாள்.

தொடர்ந்து இரண்டு மணிநேரம் எங்கள் பேச்சுவார்த்தை நடந்தது. அங்கே பேசப்பட்டதெல்லாம் தவறா, சரியா தெரியாது. ஆனால், முதல்முறை எங்கள் அணி ஓர் ஆழமான விவாதத்திற்குள் மூழ்கியது அன்றுதான். அது ஆரோக்கியமான அறிகுறியாகத் தோன்றியது. விஷுவலில் ரிச்சான ஒரு ஸ்க்ரிப்டோடு வருவதாக நிலா சுந்தரம் வாக்களித்தான்.

நானும் பெனாசிரும் ஓரே நேரத்தில் மேஜையை விட்டுக் குதித்தோம். தரை அதிர்ந்தது.

அடுத்தநாள் மாலை, அதைவிடப் பெரியதோர் அதிர்ச்சிக் காத்திருந்தது!

12

சிறுவன் ஒருவன் சாகசங்கள் நிறைந்த ஒரு வீடியோ கேம் ஆடும்போது திரையில் அவன் கட்டுப்பாட்டில் இருக்கும் பொம்மையை நகர்த்திக் கொண்டே இருப்பான். ஒரு குறிப்பிட்ட திசையில் ஓடவைப்பான். அடுத்த நொடியே மனம் மாறி வேறு திசைக்குத் திருப்புவான். புதையல் எங்கே இருக்கிறது என்பது தெரியாததால் அதை நோக்கியப் பயணத்தில் தன் கட்டுப்பாட்டில் இருக்கும் கதாபாத்திரத்தை விரல்நுனியில் விரட்டுவான். இலக்கு எது என்ற தெளிவு சிறுவனுக்கு இல்லை. ஏன் விரட்டுகிறாய் என்று கேட்கும் பகுத்தறிவு பொம்மைக்கு இல்லை. பல நேரங்களில் இப்படி திரைக்குள் அகப்பட்ட பொம்மைகளாக தொலைக் காட்சிகளில் பணிபுரியும் தயாரிப்பாளர்கள் தவிக்கிறார்கள். டி.ஆர்.பி. என்பதுதான் இலக்கு என்றாலும், அதை எப்படி அடைவது என்ற கேள்வியும் குழப்பமும் எல்லா தனியார் தொலைக் காட்சிகளிலும் உண்டு. மாடப்புறா விதிவிலக்கல்ல.

ராகவன், அந்தச் சந்திப்புக்கு தயாராகிக் கொண்டிருந்தபோது பெனாசிருக்கு ஒரு சந்தேகம் வந்தது.

“ராகவன்... இசையமைப்பாளர்கள் யாரும் தனியா வர மாட்டாங்க. அவங்களுக்குனு ஒரு ட்ரூப் இருக்கும். என்னதான் டெக்னோமியூசிக் வந்தாலும் லைவ் இன்ஸ்ட்ருமென்ட்ஸோட பெர்ஃபார்ம் பண்ணும்போதுதான் உயிர் இருக்கும். அது எல்லா இசையமைப்பாளர்களுக்கும் தெரியும். ஒரு எபிசோட்ல மூணு பார்ட்டிசபென்ட் இருக்காங்கனு வச்சுக்கோ. அப்ப மூணு வெவ்வேற ட்ரூப்போட அவங்க வந்தா அதுக்கு செலவும் அதிகம். அத ஷூட் பண்றதும் பெரிய தலவலி. ஒவ்வொருமுறையும் ஷாட் மாத்தணும். லைட்டிங் மாத்தணும். ரொம்பச் சிரமம். இதுக்கு என்ன செய்யறது?”

ராகவன் யோசனையில் மூழ்கினான். அதற்குள் மானசா பதில் சொல்லிவிட்டாள்.

“பெனாசிர் குட்டி, எனக்கும் இதே கேள்விதான்டா இருந்தது. இத சிம்பிளா ஆக்கறத்துக்கு ஒரு வழிதான் இருக்கு. இந்த ஷோக்காக சேனல் ஒரு ம்யூசிக் ட்ரூப்ப உருவாக்கணும். வயலின், புல்லாங்குழல், தபலா, மிருதங்கம்னு அடிப்படைக் கருவிகளை வாசிக்கும் ஒன்பது பேர் கொண்ட இசைக்குழு. போட்டில கலந்துக்கப்போற இசையமைப்பாளர்கள் இந்த இசைக்குழுவைப் பயன்படுத்தித்தான் பெர்ஃபார்ம் பண்ணணும்ன்றத ஒரு விதியா வச்சுக்கலாம். சிங்கர்ஸ மட்டும் அவங்களே கூட்டிட்டு வரட்டும். இதுல இரண்டு நல்லது நடக்கும். ஒரே குழுவா இருக்கும்போது நம்ம ஃப்ளோர் எக்ஸிகியூஷன் சுலபமாயிடும். எல்லா இசையமைப் பாளர்களுக்கும் ஒரே இசைக்குழுனு இருக்கும்போது எல்லாருக்கும் சமவாய்ப்பு இருக்கிறதா ஆடியன்ஸ் ஃபீல் பண்ணுவாங்க. ஒவ்வொரு இசையமைப்பாளரும் அந்தக் குழுவை எப்படிப் பயன்படுத்தறாருன்றது ஒரு பலமான ஜட்ஜ்மென்ட் ஃபேக்டரா இருக்கும்.”

ராகவனும் இந்தக் கருத்தில் முழுவதும் உடன்பட்டான். ஒன்பது பேர்கொண்ட குழுவுக்கு மட்டும் பட்ஜெட் தயாரித்துத் தரச் சொன்னான். உடனே மானசா, தனக்குத் தெரிந்த சில இசைக்கலைஞர்களோடு தொடர்புகொண்டு, ஒரு காகிதம் எடுத்துக் கணக்கிட்டு மூன்றாவது ஷாட்டில் முடித்துவிட்டாள். அந்த உதிரிக் காகிதத்தை, தான் ஏற்கெனவே தயாரித்து வைத்திருந்த ஷோவின் மாஸ்டர் பட்ஜெட்டோடு இணைத்துக் கொண்டு பெரிய சந்திப்புக்குப் புறப்பட்டான், ராகவன்.

இரண்டு மணிநேரத்துக்குப் பின், 'Come to Priyanka' என்று அவனிடமிருந்து ஒரு எஸ்.எம்.எஸ். வந்தது. என் படத்தொகுப்பு அறையை விட்டு வெளியே வந்தால் பெனாசிரும் நிலாவும் நின்றிருந்தார்கள். அவர்களுக்கும் அனுப்பியிருக்கிறான். மானசா, ஏற்கெனவே டீ கடையில் தான் தம்மிக்கொண்டிருப்பதாக நிலா சொன்னான்.

ஷோவின் எதிர்காலம் பற்றிய பல்வேறு கற்பனைகளோடு லிஃப்டில் இறங்கினோம். சாலைக்கு வந்தோம். பெனாசிர் ஆரஞ்சு நிறத்தில் வளையல்கள் அணிந்திருந்தாள். கையைப் பிடிக்கத்தோன்றியது.

நடுங்கிக்கொண்டே பிடித்து, "புதுசா?" என்று கேட்டேன்.

"நீ கையப் பிடிக்கறதுதான் புதுசு!" என்று உதறிவிட்டாள்.

அதுவரை நாங்கள் நடந்துகொண்டிருந்தோம் என்பதே தேநீர்க் கடை வரும்வரை உணரவில்லை. மானசா என்னையும் பெனாசிரையும் ஒரு ரவுடிப்பார்வை பார்த்தாள். நிலா பாய்ந்து சென்று தேநீர்க் கடை டப்பாவில் இருந்து மூன்று பட்டர் பிஸ்கெட் எடுத்து, மூன்றையும் ஒருமுறை நக்கிவிட்டு பின் முதலில் நக்கிய பிஸ்கெட்டில் இருந்து தொடங்கினான்.

"டேய் அல்பப் பயலே! நாங்க என்ன புடுங்கியா சாப்பிடப் போறோம்?" அவன் தலையில் தட்டினேன். பள்ளியில் இருந்து இந்தப் பழக்கத்திற்குப் பழகியதால் அவனால் எளிதில் மாற்றிக்கொள்ள முடியவில்லை.

"நீ எச்சப் பண்ணாலும் பரவால்ல..." என்று, ராகவன் ஒரு பிஸ்கெட்டைப் பிடுங்கி கடித்துக்கொண்டே, சாலையோரம் குவித்து வைக்கப்பட்டிருந்த மணலில் உட்கார்ந்து புதைந்தான்.

"ராகவா, நடந்ததைக் கூறும்..?" நிலாவால் அதற்கு மேல் பொறுமை காக்க முடியவில்லை.

"தி நியூஸ் இஸ்... இந்த ஷோ கிடையாது!"

நாங்கள் யாரும் அதிர்ச்சியாகாததைப் பார்த்து ராகவன் அதிர்ச்சியானான்!

"உங்களுக்கெல்லாம் உணர்வே கிடையாதா?"

"முழுசா சொல்லு ஷாக்காகலாமா வேணாமான்றத அப்புறம் முடிவு பண்ணுவோம்" – நானும் அவன் அருகில் அமர்ந்துகொண்டேன்.

“இசையமைப்பாளர்ன்ற கான்செப்ட் வேணாம்னு முடிவு பண்ணியிருக்காங்க. ‘இசைக்குழுக்களுக்கான போட்டி’யா இத மாத்தச் சொல்லியிருக்காங்க. நான் பிரசென்டேஷன் கொடுக்கறதுக்கு முன்னாடியே தீர்ப்பாயிருச்சு. அதுக்கப்புறம் நான் பிரசென்ட் பண்ணேன். நம்ம ஷோ மாடல அப்படியே இசைக்குழு போட்டிக்குப் பயன்படுத்தச் சொன்னாங்க. இரண்டு நாள்ல அதுக்கான எபிசோட் டிசைன் பட்ஜெட் எல்லாம் கேட்டாங்க. இரண்டு நாள் சிரமம்னு சொல்லி ஒருவாரம் டைம் வாங்கியிருக்கேன்” என் தோளில் சாய்ந்து கொண்டான், ராகவன்.

“மாற்றம் ஒன்றுதான் மாறாதது” மானசாவின் தத்துவ நெடி தாங்கமுடியவில்லை.

“மார்க்கெடிங் டீம் ஏதோ ரிசர்ச் பண்ணாங்களாம். அதோட ரிசல்ட்படி இசையமைப்பாளர விட இசைக்குழுன்ற அடையாளத்துக்குத்தான் வரவேற்பு பெருசா இருக்கறதா சொல்றாங்க. உண்மையாகூட இருக்கலாம்” – ராகவன் முகத்தில் பழைய தூக்கம் எட்டிப்பார்த்தது.

“சோ வாட். தோச போட்டுக் கொடுத்தோம். இப்ப கறி தோச போடச் சொல்றாங்க. போட்டா போச்சு” – நிலாவின் கெக்கபெக்க.

“இது அவ்வளவு சுலபமில்லடா. நிறைய பிரச்னைகள் இருக்கு” மானசா பெருமூச்சு விட்டாள். ராகவன் மூச்சுவிடாமல் பேசினான்.

”இசைக்குழுனா யாருடா? எனக்குத் தெரிஞ்சு மூன்று வகைதான் இருக்கு. மெல்லிசை கச்சேரி நடத்தற குழுக்கள் ஒருவகை. நாட்டுப்புற இசைக்கலைஞர்கள் இன்னொரு வகை. கல்லூரி மாணவர்களின் குழுக்கள் மூன்றாவது வகை.

இதுல, முதல் வகையச் சேந்தவங்க போட்டிக்கெல்லாம் வர மாட்டாங்க. இரண்டாவது வகைய வச்சு ஷோ பண்ணா டி.ஆர்.பி. வராதுனு சொல்லுவாங்க. காலேஜ் ஸ்டூடன்ஸோட பேண்ட் ஐம்பது எபிசோட் தாக்குப் பிடிக்குமானு தெரியாது. இது முதல் கேள்வி.

இரண்டாவது பிரச்னை... பட்ஜெட்! ஒவ்வொரு இசைக்குழுவுக்கும் நாம நிறைய பணம் கொடுக்க வேண்டியிருக்கும். எவனும் சும்மா வரமாட்டான்.

மூன்றாவது பிரச்னை... அடையாளம்! ஒவ்வொரு இசைக்குழுவுக்கும் ஓர் அடையாள இசை இருக்கும். சிலர் வெஸ்டர்ன் மியூசிக், சிலர் கிளாசிக்கல் மியூசிக்னு வேறுபட்டி ருப்பாங்க. இவங்கள, ஒரே மேடைல எந்த அடிப்படைல போட்டிப் போடவைக்க முடியும்? அதுமட்டுமில்லாம, இவங்கள்ல எத்தன பேரால சினிமா பாடல்கள எஃபெக்டிவா ரீப்ரொடியூஸ் பண்ண முடியும்னு தெரியாது. சினிமா நட்சத்திரங்களோ சினிமா பாடல்களோ இல்லாத ஒரு ரியாலிட்டி ஷோவ எந்த சேனலும் ஏத்துக்காது. எல்லாத்துக்கும் மேல ஒரு எபிஸோட ஷூட் பண்றத்துக்குள்ள பத்து தடவ செத்திருவோம். ஒவ்வொரு பெர்ஃபார்மன்ஸ்க்கும் ஆடியோ செட்அப் மாத்தி, லைட்டிங் மாத்தி, ஷாட் மாத்தி பைத்தியமே புடிச்சிரும்!"

"அது சரிடா ராகு. விநாயகர் சதுர்த்திக்கு கோவில் வாசல்ல நடக்கற அதே லைட் மியூசிக்க ஸ்டூடியோக்கு கொண்டு வந்து, சின்னதா ஒரு போட்டிய உருவாக்கி, மூணு நடுவர்கள ஒக்கார வச்சு, பஸர் லைட் போட்டு டென்ஷனாக்கி அது சூப்பர் சிங்கராகலயா? அது மாதிரி நாமும் யோசிப்போமே" – நிலா சுந்தரம் நிலைமையை சுமூகமாக்குவதில் மும்முரமாக இருந்தான்.

"நாம எல்லாருமே, உன்ன மாதிரி எங்கிருந்தாவது நம்பிக்கைய வரவச்சுக்கிட்டு வேல செஞ்சுதான் ஆகணும். ரியாலிட்டினு பேர் வச்சுட்டு நிறைய ஸ்க்ரிப்ட் பண்ணவேண்டி இருக்குமேனு கவலையா இருக்கு. வேற வழி இல்ல!" – ராகவன் முடிவுக்கு வந்தான்.

பருகிய தேநீர்க் கோப்பைகளை, தள்ளுவண்டியின் முகப்புப் பகுதியில் கவிழ்த்து வைத்துவிட்டு அலுவலகம் நோக்கி நடந்தோம்.

13

'நாளைய இசைப்புயல்', 'இசைத்தளபதி'களாக மாறியது. நிகழ்ச்சிக்கான அறிமுக விளம்பரத்துக்கு ஒரு cumulative multi-level promotion ஏற்பாடு செய்தோம். 'இசையை நோக்கி' என்ற தலைப்பில் மொத்தம் ஒன்பது விளம்பரங்கள். முதல் விளம்பரத்தில் ஒரு யாழ். அடுத்த விளம்பரத்தில் யாழோடு கிதார். அதற்கடுத்த விளம்பரத்தில் யாழ் கிதார் மற்றும் டிரம்ஸ். இப்படி ஒவ்வொரு விளம்பரத்திலும் ஓர் இசைக்கருவி கூடும். இறுதி விளம்பரத்தில் அவை ஒன்பது கருவிகளாகி, அவற்றின் நிழல்களை மனித உருவங்களாக வடிவமைத்தோம். அது, ஓர் இசைக்குழுவுக்கான போட்டி என்பதையும், தொடர்பு கொள்ள வேண்டிய முகவரியையும் தெரிவித்திருந்தோம்.

'WELCOME TO THE BANDORA' என்று ஆங்கிலத்திலும் விளம்பரப்படுத்தியிருந்தோம். சென்னை லைவ் ரேடியோ தொடர்ந்து நான்கு வருடங்களாக BAND HUNT நிகழ்ச்சி நடத்தி வருகிறது என்பதை அறிந்தோம். அவர்களை எங்கள் ரேடியோ பார்ட்னராகச் சேர்த்துக்கொள்ள விண்ணப்பித்தோம்.

எங்கள் நிகழ்ச்சி எங்களுக்கு மட்டுமல்ல, சேனலுக்கே ஒரு புத்துணர்வைக் கொடுத்தது. மற்ற தயாரிப்பாளர்கள், ஒளிப்பதிவாளர்கள், படத்தொகுப்பாளர்கள் எல்லாரும் எங்களுக்கு உதவ முன்வந்தனர். உலகமே ஒளிமயமானது Infact - இசைமயமானது.

முதல் எபிஸோட் எப்படித் தொடங்கவேண்டும்... தொடர வேண்டும், எப்படி முடியவேண்டும், என்ன ஷாட் லைட்டிங், ரீடிங் என்ன, எத்தனை கேமராக்கள், அவுட்டோரா இல்லை ஸ்டூடியோவா... எதுவுமே முடிவு செய்யவில்லை. அதற்குள் ஊரே எங்கள் நிகழ்ச்சியைப் பற்றிப் பேசத்தொடங்கியது. நான் அன்று காலை அதிகநேரம் தூங்கிவிட்டேன். நிலா சுந்தரம் என் செல்பேசிக்கு அழைத்தான்.

"டெரன்ஸ், இந்த கண்கொள்ளாக் காட்சிய நீ பாக்கணும்டா!"

"என்ன நிலா ஆச்சு..? இருபது நிமிஷத்துல வந்திருவேன்."

"சீக்கிரம்... நீ ஆஃபிஸ் கேட் வரைக்கும் நடந்துவந்திடலாம். ஆனா, அதுக்கப்புறம் இசை என்ற இன்பவெள்ளத்தில் நீந்திதான் வரணும். வந்து பாரு!"

நிலா சுந்தரம், ஒரு தெருவோர கிரிக்கெட்டைப் பற்றி விவரித்தால்கூட அதில் Cheer Girls இருப்பார்கள். அப்படித்தான் இதுவும் இருக்குமென நினைத்து, பொறுமையாக புறப்பட்டுச் சென்றேன். வண்டியை ஒதுக்கி வைத்துவிட்டு வாசல் கதவைத் திறந்தபோது என் காலில் ஒரு கிதார் இடித்தது. இன்னொரு காலை எடுத்துவைத்தபோது ஒரு தபலாவை மிதித்துவிட்டேன். "சாரி!" என்று கையை உயர்த்தியபோது அருகில் இருந்த ஒருவரின் தோளில் கிடந்த வயலினைத் தட்டிவிட்டேன்.

மெல்ல ஒரு மாஸ்டர் ஷாட்டில் நிமிர்ந்து பார்த்தபோது மயக்கம் வந்துவிட்டது. ஓர் ஒலித்துகள்கூட தரையில் விழ இடமில்லாத அளவுக்கு நெரிசல். ஒரேநேரத்தில் இவர்கள் அனைவரும் தங்கள் இசைக்கருவிகளை வாசித்தால், அந்த அதிர்ச்சியில் அலுவலகத்தின் அனைத்துக் கண்ணாடிகளும் உடைந்துவிடும் வாய்ப்பிருப்பதாகத் தோன்றியது.

அந்தக் கற்பனையில் நான் உறைந்தபோது, உடையாத ஒரு ஜன்னல் கண்ணாடி வழி எட்டிப்பார்த்து, உடனே மேலே வரச்சொல்லி பெனாசிர் சைகை செய்தாள்.

மெய்நிகரி

முடிவளர்த்த டேட்டூ மொட்டை ஆண்கள், சோடாப் புட்டி பெண்கள் என்று எல்லாரையும் கடந்து முதல் மாடிக்குச் சென்றேன். அறைக் கதவைச் சாத்திவிட்டுத் திரும்பினால் சந்திரபாபுவும் என் அணியினரும் பேசிக்கொண்டிருந்தார்கள்.

“நான்தான் அப்பவே சொன்னேன்ல சர். இப்ப விளம்பரம் வேணாம், ஆடிஷன் லெவல் ஜட்ஜஸ் யாருனு முடிவு பண்ணிட்டு அதுக்கப்பறம் விளம்பரம் கொடுக்கலாம்னு சொன்னேன்ல சர். இந்தக் கூட்டத்துக்கு என்ன பதில் சொல்லப்போறீங்க? எந்த அடிப்படைல இவங்கள தேர்ந்தெடுப்பீங்க? யார் தேர்ந்தெடுக்கப் போறது?” – ராகவன் புகைந்துகொண்டிருந்தான்.

“தம்பி எல்லா ரியாலிட்டி ஷோலயும் முதல்ல ப்ரொடியூசர் லெவல் ஆடிஷன்தான நடக்குது. அதுவும் சில ஷோல வண்டி ஓட்ற டிரைவர்ஸ்தான் ஆடிஷன் பண்றதா சொல்றாங்க. உனக்குத் தெரியாதது இல்ல நீங்களே ஆடிஷன் பண்ணுங்க” – சந்திரபாபு சொன்னது நியாயமாகப் பட்டது.

“சர் ஒரு ஷோ நல்லா வரணும்னா அதோட ஒவ்வொரு நிகழ்விலயும் ஒரு நியாயம் இருக்கணும் சர். நிலா சுந்தரம் ஜட்ஜா உட்காந்தா நீங்க ஒரு பார்டிசிபன்ட்டா இருக்க ஒத்துப்பீங்களா? ஒரு CREDIBILITY இருக்கணும். இன்னும் இரண்டு நாள்ல ஜட்ஜஸ் யாருனு முடிவாயிரும். அதுவரைக்கும் வெயிட் பண்ணலாமே” – ராகவன் சொல்வதும் நியாயமாகத்தான் இருந்தது.

“வந்தவனையெல்லாம் திரும்பிப்போகச் சொல்றியா? போனா திரும்பி வரமாட்டாங்க” – சந்திரபாபு பிடிவாதமாக இருந்தார்.

“சர், இன்னிக்கு ஆடிஷன் நடக்குது. நீங்க போங்க, நாங்க பேசி ஒரு முடிவுக்கு வரோம்!” – சந்திரபாபுவை சாந்தப்படுத்தி, கதவைத் திறந்து வழியனுப்பி வைத்தேன்.

கனமான ஒரு மௌனம் அந்த அறையைக் கவ்வியது. நிலா சுந்தரம்தான் அதை உடைத்தான்.

“டேய் ராகவா... உங்க சண்டைல என்னை அசிங்கப் படுத்தீட்டியேடா!”

“சாரி மச்சி. ஒரு ஃப்லோல வந்திருச்சு கண்டுக்காத...” – ராகவன் பெருமூச்சுவிட்டு தரையில் அமர்ந்தான்.

“பசங்களா, இப்ப என்ன கெட்டுப்போச்சு. நம்மளே இந்த ஆடிஷன நடத்துவோம். கீழ மெயின் ஹாலுக்கு ஒவ்வொரு ட்ரூப்பையா வரச்சொல்லி பெர்ஃபார்ம் பண்ணச் சொல்லுவோம். பெரிய criteria வைக்காம மனசத் தொடுதானு மட்டும் பாப்போம். முடிவெடுப்போம்” – பெனாசிரின் வார்த்தை எங்கள் முதுகை நிமிர்த்தியது.

“அது ரைட்டு. ஆனா ஒரு பெஞ்ச்மார்க் வேணும்... ம்ம்ம்... இப்படி வச்சுக்கலாம். ஒரு பாட்டு எழுதுவோம். அந்தப் பாட்ட அவங்கள பெர்ஃபார்ம் பண்ணச் சொல்லுவோம். நமக்கும் ஜட்ஜ் பண்றதுக்கு ஒரு காமன் கிரவுண்ட் கிடைக்கும்” – ராகவனின் குரலில் ஒரு உற்சாகம் கூடியது.

“சூப்பர்! யார் அந்த Poet Producer?” – மானசாவின் கண்கள் துள்ளின. எல்லாரும் ஒருவரையொருவர் பார்த்துக்கொண்டோம். அங்கே நான் ஏன் கைதூக்கினேன் என்று இன்றுவரைத் தெரியவில்லை.

“என்னை ஒரு அரைமணி நேரம் தனியா விடுங்க... எதாவுது எழுதீட்டு வரேன்” – உடனே வெளியேறி என் படத்தொகுப்பு அறைக்குச் சென்றுவிட்டேன்.

ராகவன், மானசா, பெனாசிர் மூவரும் மெய்ன் ஹாலின் வாசலில், ஒரு மேஜை – நாற்காலி அமைத்துக்கொண்டு, ஒவ்வொரு இசைக்குழுவின் விவரங்களை சேகரிக்கத் தொடங்கினர். ஒவ்வொரு குழுவுக்கும் மானசா ஒரு நான்கு டிஜிட் நம்பர் எழுதிக்கொடுத்தாள். அந்த நம்பரை அழைக்கும்போது அவர்கள் வரவேண்டும். அப்படி அழைக்கும்போது வராமல் போனால் நிகழ்ச்சியில் பங்குபெற முடியாது என்பதை, கவர்ச்சியான ஆங்கிலத்தில் சொல்லிக்கொண்டிருந்தாள். நிலா சுந்தரம் என்ற குரங்கு கேபின் கேபினாகத் தாவி, “டெரன்ஸ் ஒரு கவிதை எழுதிக்கொண்டிருக்கிறான். உதவ நினைப்பவர்கள் உதவலாம்” என்று அலுவலகம் முழுக்க ஒலிபரப்பிவிட்டான். பலரும் என் கதவைத் தட்டி என் காகிதத்தை எட்டிப்பார்த்துச் சென்றனர். பல்வேறு இடர்பாடுகளுக்கிடையே என் பணிநிலை, மனநிலை இரண்டையும் எழுதினேன்.

“பிழை நீங்கா காட்சிகளால் பிழைத்திருக்கிறேன்
விழி சேரா ஒளிப்பதிவாய் விழித்திருக்கிறேன்

எனத் தொடங்கி...

"உருவம் இல்லாத கடவுள் உனக்கு
விரகம் இல்லாத காதல் எனக்கு"

என முடித்திருந்தேன்.

'எதுகை மோனைக்காக கடைசிவரையில் பொய் சொல்லி விட்டோமே' என்று மனதில் ஒரு நெருடல். கவிதையை டைப் செய்து, ப்ரின்ட்அவுட் எடுத்துக்கொண்டு மெய்ன் ஹாலுக்கு வந்தேன். நான்கு பேரும் என் கவிதையைப் படித்தார்கள். மானசாவுக்கு ஒன்றுமே புரியவில்லை. ராகவனுக்குப் பிடித்திருந்தது... புரிந்தும்விட்டது. ஆனால், அவன் எதையும் வெளிப்படுத்தவில்லை. நிலா சுந்தரம் படாரென விமர்சித்தான்.

"அதெப்படி விரகம் இல்லாத காதல்..? நமக்கெல்லாம் அதான மேட்டரே. என்னமோ போ... சுமாரா இருக்கு!"

அந்தக் கவிதையை பெனாசிர் குறைந்தபட்சம் ஐந்து முறை வாசித்திருப்பாள். அவள் உள்ளத்தில் ஆயிரம் உணர்வுகள் உருவாகி, கண்கள் வரை வந்து, பின் தற்கொலை செய்துகொண்டன. நான் அவளைக் காதலிக்கிறேன் என்பதை அந்தக் கவிதைதான் எனக்கே தெரிவித்தது. அதை அவளிடம் தெரிவிக்க இதைவிட ஒரு சந்தர்ப்பம் இல்லை. ஆனால், நான் தெரிவித்துவிட்டேனா? அதுதான் தெரியவில்லை!

என் கவிதையை மேலும் பிரதியெடுத்து வெளியே காத்துக்கொண்டிருந்த இசைக்குழுக்களுக்குக் கொடுத்தோம். ஒரு மணி நேர அவகாசத்துக்குப் பின் ஒவ்வொரு குழுவாக வந்து என் கவிதையைப் பாடலாகப் பாடினார்கள். ராக் இசைக்குழு, ஜேஸ் ம்யூசிக், ஹெவி மெட்டல் என்று பல்வேறு வகையான இசை பரிமாணங்களில் என் காதல் ஒலித்துக்கொண்டிருந்தது. ஒரு கிதார் ட்ரூப் என் வார்த்தைகளை உருகி உருகிப் பாடியபோது என் கண்கள் கலங்கிவிட்டன. சிறிது நேரத்தில் பெனாசிர் தனக்கு உடல் நலமில்லை என்று சொல்லி வெளியேறி விட்டாள். அன்றைய ஆடிஷனில் ஐந்து குழுக்களை நிகழ்ச்சியின் அடுத்த கட்டமான 'ஜட்ஜஸ் லெவல் ஆடிஷனுக்காக' தேர்வு செய்தோம்.

அன்று இரவு, 1:34:27 மணிக்கு பெனாசிரிடமிருந்து ஒரு எஸ்.எம்.எஸ்...

'I started missing you.'

14

மூன்று நாட்களாக பெனாசிரைக் காண வில்லை. ஈரோட்டில் தன் உறவினர் ஒருவருக்கு குழந்தை பிறந்திருப்பதாக விடுப்பு வாங்கிக்கொண்டு பறந்துவிட்டாள். இங்கே ஒரு காதல் பிறந்திருப்பதைப் பற்றி கொஞ்சம்கூட கவலைப்படாமல் இப்படி ஒரு காரியத்தைச் செய்திருக்கிறாள்.

'காதலித்தால் நிறைய கவிதை எழுதுவார்கள்' என்பது பொய். நிறைவான காதலைச் சந்திக்காதவர்கள்தான், அதை மொழியில் தேடுவார்கள். காதலை முழுமையாக உள்வாங்கும் ஒவ்வொருவரும் மொழி இழந்து போவார்கள். அவள் அனுப்பிய எஸ்.எம்.எஸ்., நான் பெற்ற அனைத்துக் கல்வியையும் என்னிடமிருந்து பறித்தது. தாயின் அசைவுகளால் கருவில் தொடங்கும் அறிவு காதலின் நெகிழ்வில்தான் புதுப்பிக்கப்படுகிறது.

எனக்கு ஏற்பட்டிருக்கும் மாற்றம் அவளுக்கும் ஏற்பட்டிருக்கிறதா..? வெவ்வேறு வார்த்தைகள் பேசிக்கொண்டாலும், விழிகள் சந்தித்தாலும், 'காதல்' என்ற சொல் எங்கள் உரையாடலில் இடம்பெறவில்லையே!

பலமுறை அவளை செல்பேசியில் அழைத்தேன். எஸ்.எம்.எஸ். அனுப்பினேன். எந்தத் தகவலும் இல்லை.

தன் உறவுக்கார குழந்தையோடு புகைப்படம் எடுத்து முகநூலில் அப்லோட் செய்திருந்தாள். அதில் எல்லாரும் பார்க்கக்கூடிய கமென்ட் பகுதியில் 'when are you back?' என்று கேள்வி எழுதினேன். நீண்டநேரத்துக்குப் பின் நான் மட்டுமே பார்க்கும் வண்ணம் 'I never left you' என்று மெசேஜ் அனுப்பி யிருந்தாள். 'நல்லா கிளப்பறாங்கடா பீதிய.' வடிவேலுவின் ஃபோட்டோ கமென்டோடு முடித்தேன்.

தமிழ்நாட்டின் ஒரு முக்கியமான தொலைக்காட்சி தன்னுடைய ஸ்டார் நிகழ்ச்சியாக நம்பிக்கொண்டிருக்கும் 'நாளைய இசை'யின் தயாரிப்பு போர்க்கால நடவடிக்கையில் நடந்துகொண்டிருப்பதை, வேர்க்காமல் வேலை செய்து கொண்டிருந்த நிலா சுந்தரம், என் தோளில் தட்டி ஞாபகப் படுத்தினான்.

"டெரன்ஸ், யாருக்கும் தெரியாதுனு நினைக்காத. You sincerely loving மானசா. உனக்குப் பொருத்தமான ஆளுதான். கொஞ்சம் உயரம் ஜாஸ்தி... பரவால்ல. ஆனா மச்சி, காதல்ல அப்பீட்டாகி ஷோவ ரிப்பீட்டாக்கிறாத!" அவனுக்குள் அப்படி ஒரு சீரியல் ஓடிக்கொண்டிருந்தது அப்பொழுதுதான் தெரிந்தது.

எதையும் விளக்கக் கூடிய மனநிலையில் நான் இல்லை. எந்த பதிலையும் ஏற்றுக்கொள்ளக்கூடிய மனிதநிலையில் அவன் இல்லை. ஆனால், அந்த மூன்று நாட்களாக ராகவனும் நிலாவும் மானசாவும் நிகழ்ச்சியை மெல்ல அடுத்தக் கட்டத்துக்கு உயர்த்திவிட்டார்கள்.

கல்லூரி மாணவர்கள் இரண்டு பேரை தொகுப்பாளர்களாக தேர்ந்தெடுத்திருந்தார்கள். இருவருமே பளிங்கு பொம்மைகளாக இருந்தனர். இருந்துதானாக வேண்டும். ரேடியோ தொகுப்பாளர்கள்கூட அழகாக இருக்கவேண்டியிருக்கும் காலகட்டத்தில் இருக்கிறோம். நிகழ்ச்சியில் நான்கு நடுவர்கள். மூன்று பேர் எல்லா எபிஸோடிலும் இருப்பார்கள். ஒரு ஃப்லோட்டிங் பொசிஷன்.

ஜேம்ஸ் வசந்தனை எப்படியாவது ஒரு நடுவராக வரவழைக்க வேண்டும் என்று முயற்சித்தும் முடியவில்லை.

அவர், ஜூனியர் சூப்பர் சிங்கரில் பிஸியாக இருந்தார். இசையமைப்பாளர் எமன், நடிகர் எழிலரசன், பாடகி விசித்ரா இவர்கள்தான் இறுதியாக, உறுதியான நடுவர்கள். ஃப்லோட்டிங் பொசிஷனில் லெவல் ஒன். செலப்ரிட்டிஸ் பலர் வந்துபோகும் திட்டம்.

இசைத்தளபதிகளின் முதல் இரண்டு நிகழ்ச்சிகளுக்கான ஸ்க்ரிப்டை ராகவனே எழுதியிருந்தான். நேரடியாக ஸ்டூடியோவுக்கு வராமல், இசைக்குழுக்களின் தோற்றம் குறித்துப் பேசும் ஒரு சுவாரசியமான ஆவணப் போக்கைக் கையாண்டிருந்தான். ‘என்னென்னக் காரணங்களுக்காக இசைக்குழுக்கள் உருவாயின’ என்ற வரலாறு, மெய் சிலிர்க்க வைத்தது. குழுக்கள் தோன்றுவதற்கு, போரும் மதமும் இருபெரும் காரணங்கள் என்று அழுத்தமாகப் பதிவுசெய்தது அந்தக் குறிப்பு. இந்தியத் துணைக்கண்டத்தில் இசைக்குழுக்கள் தோன்றுவதற்கு வறுமைதான் பிரதான காரணமாகச் சொல்லப்பட்டிருந்தது. உலகின் வெவ்வேறு பகுதிகளில் உருவான பழமையான இசைக்குழுக்களின் புகைப்படங்களையும் சேகரித்து வைத்திருந்தான். சங்ககால இசைக்குழு என்ற பெயரில் பாணர், கூத்தர், புலவர், விரலி, பொருநர் என்று வெவ்வேறு 2D உருவங்கள் தீட்டி வைத்திருந்தான்.

முதல் இரண்டு நிகழ்ச்சிகளில் பெரும்பாலும் கிராஃபிக்ஸ் தொழில்நுட்ப வேலைகள் அதிகமாக இருக்குமெனத் தோன்றியது. ஸ்க்ரிப்ட் தயாரான மறுநாளே, மானசா, கிராஃபிக்ஸ் டீமோடு உட்கார்ந்து என்னென்னத் தேவைகள் என்பதை டாஸ்க் ஷீட்டில் எழுதிக் கொடுத்துவிட்டாள். ராகவனே வாய்ஸ் ஓவர் கொடுப்பதாக முடிவு. நீண்ட நாட்களாக சமையல் நிகழ்ச்சியில் புழுங்கிக்கிடந்த எனக்கு, ‘ஓர் அழகான வரலாறை எடிட் செய்யப்போகிறோம்’ என நினைத்தபோது, தலையில் இளநீர் ஊற்றியதுபோல இருந்தது.

ராகவனின் ஸ்க்ரிப்டைப் படித்துவிட்டு மீண்டும் என் அறைக்குச் சென்றேன். என் நாற்காலியில் மானசா சாய்ந்திருந்தாள். கொஞ்சம் எட்டிப்பார்த்தபோதுதான் அவள் எந்த நினைவுமில்லாமல் மயங்கிக்கிடப்பது தெரிந்தது!

15

"அடுத்தத் தலைமுறை சந்திக்கப்போகும் மிகப்பெரிய பற்றாக்குறை எதுனு சொல்லு?"

"தண்ணீர்!"

"இல்ல."

"மின்சாரம்..?"

"கிடையாது."

"பணம்..?"

"நோ."

"அன்பு?"

"அது இரண்டாவது."

"நீயே சொல்லு."

"கற்பனை! கற்பனைகள் இல்லாம எதிர்காலமே இருண்டுகிடக்கப் போகுது!"

அந்தப் பதிலுக்கு மிகப்பெரிய விளக்கத்தை அவன் கொடுத்தாலும், நிர்வாகம் அவன் கைகளில் கொடுத்த ஒரு ஃபைல்தான் அவனை அப்படிப் பேசவைத்திருக்கிறது என்பதைப் புரிந்துகொண்டேன்.

எந்த நிகழ்ச்சியையும் தழுவாமல் தனி அடையாளங்களோடு இசைத்தளபதிகள் இருக்கவேண்டும் என்பது எங்கள் அணியின் விருப்பம். ஆனால், நிகழ்ச்சிக்கான தயாரிப்பு தொடங்கிய நாள் முதல், நிர்வாகத்தைச் சேர்ந்தவர்கள் சந்திரபாபுவின் மூலமாக பல்வேறு நிகழ்ச்சி மாதிரிகளை அனுப்பிக்கொண்டிருந்தார்கள்.

அமெரிக்கன் ஐடலில் இருப்பதுபோல அரங்க அமைப்பு வேண்டும், கலர்ஸ் டி.வி.யில் வருவதுபோல காஸ்ட்யூம் வேண்டும், சோனியில் இருப்பதுபோல தொகுப்பாளர்களின் உடல்மொழி வேண்டும்... இப்படி, தொடர்ந்து தகவல்கள் வரவே, 'அந்தந்த தொலைக்காட்சிகளில் பணிபுரிகிற தயாரிப்பாளர்கள் வேண்டும் என விளம்பரம் கொடுத்து அவர்களை வைத்தே இந்த நிகழ்ச்சியைச் செய்யுங்கள்' என்று சந்திரபாபுவுக்கு ராகவன் ஒரு மின்னஞ்சல் அனுப்பிவிட்டான்.

இந்த அமைப்பு நம் கற்பனைக்கு முட்டுக்கட்டைப் போடுகிறது என்பது அவன் வருத்தம். அமைப்பு என்று அவன் சொன்னது ஒட்டுமொத்த நடைமுறை சமூகத்தை. அதெல்லாம் எனக்கு நியாயமாகப்படவில்லை. ஆனால், சந்திரபாபுவுக்கு மின்னஞ்சல் அனுப்பியதில் எந்தத் தவறும் இல்லை. அவர் எப்போதுமே ஒரு மேலிடப் பிராணி. காலில் பாம்பு கடித்தால்கூட தலையில் விழும் காக்கை எச்சம்தான் அவர் கவலை. தகவல் தொழில்நுட்ப யுகத்தில் இருப்பதால் ராகவனின் கோபத்தை ஒரே நொடியில் அவரால் டெலிட் செய்யமுடிந்தது.

படப்பிடிப்பின் போது ஒன்றன்பின் ஒன்றாக தொடர வேண்டிய நிகழ்வுகளின் வரிசையை... அதாவது நிகழ்ச்சியின் RUN ORDER எப்படி இருக்கவேண்டும் என்பதற்கான மாதிரி களைத்தான் கடைசியாகக் கொடுத்திருந்தார்கள். ஆஸ்திரேலிய தொலைக்காட்சியின் ஒரு ரியாலிட்டி நிகழ்ச்சியின் RUN ORDER அது.

"ராகவா... இது நமக்கு உதவுமே. இதுல இருந்து நல்ல விஷயங்கள எடுத்துக்கிறதுல தப்பு இல்லியே?"

"அது இல்ல டெரன்ஸ். நான் ஏற்கனவே RUN ORDER ரெடி பண்ணிட்டேன்... இதப் பாரு."

தான் தயார்செய்து வைத்திருந்த நிகழ்ச்சி அமைப்புத் தகவல்களை தன் ஐபேடில் திறந்து காட்டினான்.

முதல் பத்து வாரங்களுக்கான திட்டம் அது. முதல் இரண்டு நிகழ்ச்சிகள் இசைக்குழு பற்றிய வரலாறு. அதை நகர்த்திவிட்டு மூன்றாவது நிகழ்ச்சியின் திட்டத்துக்கு வந்தேன். அதில் தொகுப்பாளர் அறிமுகம், நடுவர்கள் பேச்சு, முதல் குழுவின் வருகை, பிரேக் என்று நிகழ்வுகளைத் தெளிவாக வரிசைப்படுத்தியிருந்தான். அது எனக்குப் புதிதல்ல.

ஆனால், ஒவ்வொரு நிகழ்வுக்கும் என்ன ஷாட், அந்த ஷாட்டில் பேசப்படும் ஸ்க்ரிப்ட் எத்தனை வார்த்தைகள், மின்வெளிச்சத்தின் அளவு எத்தனை, தேவைப்படும் மணித்துளிகள் எத்தனை, எந்த கேமிரா யாரைப் படம் பிடிக்க வேண்டும், கேமிரா அசைவின் குறிப்புகள் என்று அவன் வடிவமைத்திருந்த மைக்ரோ ரன் ஆர்டரை எங்கள் தொலைக்காட்சி வட்டாரத்தில் அதிகம் பார்த்ததில்லை.

அது அத்தனைத் தெளிவாக இருந்தாலும், ஆஸ்திரேலியா நிகழ்ச்சியின் வடிவமைப்பில் இருந்த சில நுணுக்கங்களை அதில் சேர்ப்பதில் தவறில்லையென்று தோன்றியது. நல்ல உள்ளீடுகளை யாரிடமிருந்தும் பெறுவது தவறில்லையே. அது எப்படி நம் கற்பனைகளைப் பாதிக்கும் என்று மீண்டும் ஒரு வாதம் தொடங்கியது. ''நிர்வாகத்தை ஒரு தீய சக்தியாகவே பார்ப்பது நம் பழக்கமாகிவிட்டது. அந்தப் பார்வையை நிறுத்தவேண்டும்'' என்று கேட்டுக்கொண்டேன்.

ராகவன், நிலா, நான் மூன்று பேரும் ப்ரியங்கா டீ வேர்ல்டுக்கு சென்று மணல்குவியலில் அமர்ந்துகொண்டு RUN ORDERல் சில மாற்றங்களைச் செய்தோம். ஒட்டுமொத்த நிகழ்ச்சியையும் நிலா சுந்தரம், தானே அனைத்துப் பாத்திரங் களாகவும் இருந்து, இயக்கி, நடித்துக் காட்டினான். அது மிகவும் பயன்மிகு ஒரு பைத்தியக்காரத்தனமாக இருந்தது.

இதற்கிடையே, என் படத்தொகுப்பு அறையில் பசியால் மயங்கிக்கிடந்த மானசாவை முகப்பேரில் இருக்கும் அவள் வீட்டில் ஒப்படைத்து நான்கு நாட்களாயின. எந்தத் தகவலும் இல்லை. செல்பேசியும் சுவிட்ச் ஆஃப்!

“பெனாசிரையும் காணோம், மானசாவையும் காணோம். புரொடக்‌ஷனோட பீக்ல வெந்து செத்துக்கிட்டு இருக்கோம். இப்படி முக்கியமான காலகட்டத்துல எஸ்கேப் ஆகறது எப்படினு இந்தப் பொண்ணுங்ககிட்டதாண்டா கத்துக்கணும்!” – நிலா சுந்தரத்துக்குப் பெருங்கோபம்.

"சும்மா புலம்பாதடா. இரண்டு பேரும் நிறைய வேல பாத்துருக்காங்க... பாக்கப்போறாங்க" – ராகவன் நம்பிக்கைத் தெரிவித்தான்.

அன்று, நிலா சுந்தரத்தின் செல்பேசிக்கு மானசாவின் தாயார் அழைத்திருந்தார். மூன்று நாட்களாக அவளைக் காணவில்லையென்றும் தாங்கள் தேடாத இடமில்லையென்றும் அழுதிருக்கிறார். நிலா ஓடிவந்து தகவல் சொன்னதும், ராகவனையும் அழைத்துக்கொண்டு மானசாவின் வீட்டுக்குச் சென்றோம்.

மானசாவின் தாய், கண்ணீர் மல்க வாசலில் நின்றிருந்தார். அவர் எங்களை விசாரணை செய்வதற்கு முன் நாங்கள் தொடங்கினோம். நாங்கள் அவளை வீட்டுக்கு அழைத்துவந்த அடுத்தநாளே அலுவலகம் செல்வதாகச் சொல்லிவிட்டு அவள் புறப்பட்டிருக்கிறாள். எங்களுக்குத் தெரிந்தவரை அவளுக்கு காதலன் யாருமில்லை. முகநூலில் பெரிய பட்டாளம் இருந்தாலும் நேரில் சந்தித்து உறவாடும் நட்பில்லை.

எல்லாக் கோணங்களிலும் யோசித்துக்கொண்டிருந்த நொடியில் அந்த அதிர்ச்சி அழைப்பு வந்தது. மானசாவை பட்டாபிராமனின் வீடருகே பார்த்ததாக, காண்டீபன் செல்பேசியில் தகவல் சொன்னார். திக்குமுக்காடிப் போனேன். ஓர் அவசர வியர்வை என் இரண்டு சட்டைகளையும் நனைத்தது. என் புழுக்கத்தின் அர்த்தத்தை மற்ற இருவருக்கும் மிகச் சில வார்த்தைகளில் மொழிபெயர்த்தேன். என் பதற்றத்தை அவர்களும் பகிர்ந்துகொண்டார்கள்.

சாலை தெறிக்க இரண்டு வண்டிகளில் கொட்டிவாக்கம் நோக்கி விரைந்தோம். பட்டாபிராமனின் வீட்டு வாசலில் வண்டிகளை நிறுத்திவிட்டு கதவைத் தட்டினோம். நாற்பது வயது மதிக்கத்தக்க பெண் கதவு திறந்தார்.

"யாரு தம்பி நீங்க?"

"பட்டாபி இருக்காரா?" – கடுமையாகத்தான் கேட்டேன்.

"ஆஃபிஸ் போயிருக்காரு நீங்க?"

"சேனல்லதான் வொர்க் பண்றோம்" – ராகவன்.

"அப்படியா, உள்ள வாங்க."

மெய்நிகரி

அவ்வளவு எளிதில் கால்கள் நகரவில்லை. ராகவன்தான் முதலில் நுழைந்தான். நாங்கள் பின் தொடர்ந்தோம்.

கூடத்தில் இருந்த நாற்காலிகளில் அமர்ந்தோம். அப்பொழுது, தூரத்து அறையில் ஒரு பெண் படுத்திருப்பது தெரிந்தது. எந்தத் தயக்கமுமின்றி எழுந்துசென்று வேகமாக கதவைத் தள்ளினேன்... மானசா! இடையும் தொடையும் தெரிய அரைகுறை ஆடைகளோடு படுத்திருந்தாள்.

எனக்குப் பின்னால் ஓடிவந்த ராகவன் என்னைத் தள்ளிவிட்டு, "அட பிசாசே... இங்க என்னடி பண்ற?" என்று சொல்லிக்கொண்டே அவள் அருகே சென்றான்.

என்னால் அந்தக் காட்சிப்பள்ளத்தில் இருந்து மீண்டு வரமுடியவில்லை. நின்ற இடத்தில் உறைந்துபோனேன்.

"நீங்க எப்படா வந்தீங்க? என் அத்த வீடு உங்களுக்கு எப்படித் தெரியும்?" – உரிமையோடு கட்டில்விட்டுக் குதித்தாள்.

பட்டாபிராமன், மானசாவின் மாமா என்பதே அன்றுதான் தெரிந்தது. அவருடைய பரிந்துரையில்தான் மானசா வேலைக்குச் சேர்ந்திருக்கிறாள் என்பதைப் பெருமையோடு கூறினாள். வீட்டில் தன் தாயோடு சண்டையிடும்போதெல்லாம் யாரிடமும் சொல்லிக்கொள்ளாமல் தன் அத்தைமாமா வீட்டுக்கு வந்து அடைக்கலமாகும் வழக்கத்தை விவரித்தாள். காய்ச்சல் காரணமாக அலுவலகம் வரமுடியவில்லை என்று வருத்தப்பட்டாள். அவள் அத்தை கொண்டுவந்த முறுக்கையும் ஜாங்கிரியையும் தொட்டுப்பார்க்கக்கூட விருப்பமில்லை எனக்கு. மானசாவின் அம்மாவுக்கு தகவல் சொல்லிவிட்டோம்.

"மானசா நீ உங்க வீட்ல இருக்கிறதுதான் உனக்கு நல்லது" – நீண்ட நேரமாக சொல்ல வேண்டும் என்று தோன்றிய ஒன்றை புறப்படும்போது சொல்லிவிட்டு வந்தேன்.

மீண்டும் அலுவலகம் வந்து என் அறையில் அமர்ந்ததும், சில மோசமான கற்பனைகள் என்னை ஆட்கொண்டன. பட்டாபிராமனைப் பற்றிய உண்மைகளை மானசாவிடம் வெளிப்படையாகப் பேசிவிட முடிவுசெய்தேன்.

16

பெனாசிர் வந்துவிட்டாள். பெயர் தெரியாத சில இனிப்பு வகைகளோடு அலுவலகத்தைச் சுற்றி வந்தாள். இறுதியாக என் அறைக்கு வந்து தன் பலகாரப் பையை என்னிடம் நீட்டினாள். “Have some” – ஒருவார இடைவெளியை ஓரிரு ஆங்கில வார்த்தைகளால் சரிசெய்ய நினைத்தாள்.

வெள்ளைநிற சுடிதார். இளஞ்சிவப்பு வளையல்கள். அதே நிறத்தில் ஜிமிக்கிகள். கழுத்தில் பவழமுத்துமாலை. அவை அனைத்தையும் தோற்கடிக்கும் அவள் கன்னச்சிவப்பு. விளக்கற்ற என் அறையில் நிலாப்பிழம்பாய் நிறைந்திருந்தாள். பலவழி சொந்தங்களோடு உறவாடிவிட்டு திரும்பும் போது இளம் ஆண்கள் switch off ஆகிறார்கள். இளம்பெண்கள் Re-charge ஆகிறார்கள்.

அவள் நீட்டிய பலகாரங்களை நான் ஏற்றுக் கொள்ளவில்லை. பூண்டு மிளகாய் சிக்கன் தயாரிக்கும் காட்சிகளைத் தொகுத்துக்கொண்டிருந்தேன். அருகில் இருந்த நாற்காலியை இழுத்துப்போட்டு அமர்ந்தாள். தன் துப்பட்டாவை நீக்கி சுருட்டி மேஜை ஓரமாய் வைத்துவிட்டு, கைகள்கட்டி என்னையே பார்த்துக்கொண்டிருந்தாள்.

அவள் அணிந்திருந்த ஆடையை, அவளது உடல் அழகு ஏமாற்றிக்கொண்டிருந்தது. அவளை முரட்டுத்தனமாகக் கட்டித்தழுவி முத்தமிடத் தோன்றியது. அந்த ஆபத்தான மௌனத்தை அவள் கலைக்க நினைத்தாள்.

"நீ வெளிய போட்டிருக்கிற சட்டையவிட உள்ள போட்டிருக்கிற பச்ச சட்ட நல்லா இருக்கு!" என்று, என் முதல் சட்டையைத் தொட்டபோது அவளது விரல் நெஞ்சில் உரசியது. நெருப்பில் உரசியதுபோல சட்டென இழுத்துக் கொண்டாள்.

தன் துப்பட்டாவை எடுக்க முனைந்தபோது, அவளது கைகளைப் பிடித்துத் தடுத்தேன். என் பிடியைப் புறக்கணிக்க அவள் விரும்பவில்லை. அங்கே சலசலத்துக்கிடந்த தெய்விக தயக்கங்கள், கிட்டத்தட்ட ஒரு முதல் முத்தத்தை நோக்கி முன்னேறியபோது, சாத்தியிருந்த கதவைப் படாரெனத் திறந்தான் நிலா சுந்தரம். கடவுளுக்கும் சாத்தானுக்கும் இடையே அகப்பட்டுக்கொண்டேன்.

நிலாவின் முகத்தில் வெட்கம். அப்படி ஓர் அகோரமான வெட்கத்தை என் வாழ்நாளில் கண்டதில்லை. எதுவும் நடக்க வில்லைதான். ஆனால், எதையோ மறைக்கவேண்டுமெனத் தோன்றியது.

இசைத்தளபதிகளின் முதல்கட்டப் படப்பிடிப்புக்காக ஒரு பெரிய சந்திப்பு தொடங்கவிருப்பதாகவும், ராகவன் இருவரையும் அழைத்துவரச் சொன்னதாகவும் தகவல் சொன்னான். எல்லாரும் காஞ்சனா பார்லரில் கூடினோம். ஐந்து இசைக்குழுக்களிடையே பல்வேறு போட்டிகளை நடத்தி முப்பது எபிஸோட் தயாரிக்க முடிவானது. முதல் சீசன் எப்படி வரவேற்கப்படுகிறது என்பதைத் தெரிந்துகொண்டு இரண்டாவது சீசனில் இசைக்குழுக்களின் எண்ணிக்கையை அதிகரிக்கலாமென திட்டம்.

Egg Matrix

Rockamma Rocky

Semmozhi Popsters

Mongoose Mandaigal

Grilled Chickens

இவைதான் இறுதியாகத் தேர்வுசெய்யப்பட்ட குழுக்கள். Grilled Chickens மட்டும் மும்பையைச் சேர்ந்த பெண்கள் இசைக்குழு. மற்ற அனைவரும் சென்னையைச் சேர்ந்தவர்கள்.

• போட்டியின் முதல் கட்டமாக, ஒரு குழு தங்களிடம் உள்ளவற்றில் ஒரே ஒரு கருவியை மட்டும் பயன்படுத்தி ஒரு பாடலைப் பாடவேண்டும்.

• இரண்டாம் கட்டத்தில், தங்களிடம் உள்ள அனைத்து இசைக்கருவிகளையும் கொண்டு பாடவேண்டும். இரண்டாம் கட்ட முடிவில் ஐந்தில் ஒரு குழு வெளியேற்றப்படும்.

• மீதமிருக்கும் குழுக்களில், முதன்மையாக வந்த குழு கடைசியாக வந்த குழுவோடும், இரண்டாவதாக வந்த குழு மூன்றாம் குழுவோடும் போட்டி போடுவதே நிகழ்ச்சியின் மூன்று, நான்கு மற்றும் ஐந்தாம் கட்டம். இது 'ஏ' பிரிவு, 'பி' பிரிவு என்று பிரிக்கப்படும்.

• மூன்றாம் கட்டத்தில், ஒரு திரைப்படத்தின் காட்சிக்கு பின்னணி இசை அமைக்கவேண்டும்.

• நான்காம் கட்டத்தில், ஒரு பிரபல திரைப்படப்பாடலின் வரிகளுக்கு வேறுவிதமாக இசையமைக்கவேண்டும்.

• ஐந்தாம் கட்டத்தில் நடுவர்கள் ஒரு தீம் தருவார்கள். அதற்கேற்றார்போல ஒரு பாடல் எழுதி இசையமைத்துப் பாட வேண்டும். இந்த மூன்று கட்டங்களின் இறுதியில் 'ஏ' பிரிவில் வெற்றி பெற்ற அணியும் 'பி' பிரிவில் வெற்றி பெற்ற அணியும் இறுதிச்சுற்றில் மோதும்.

முப்பது பார்வையாளர்களைக் கொண்ட இறுதிச்சுற்று 'நவரசங்களின்' சுற்று. நடுவர்கள் ஒரு ரசத்தை முன்வைப்பர். அந்த ரசம் எழும் வண்ணம் இசைக்குழு ஒரு பாடல் அமைத்துப் பாட வேண்டும். ரௌத்திரம் முன்வைக்கப்பட்டால் இசைக்குழு பாட பாட பார்வையாளர்களுக்கு அவ்வுணர்வு சேரவேண்டும். பாடலின் இறுதியில் பார்வையாளர்களைப் பரிசோதித்து, அவர்களைப் பேசவைத்து முடிவுகள் கணக்கிடப்படும்.

"அப்ப 'அந்த' உணர்வுக்கு எப்படிடா முடிவு பண்ணுவோம்?" – எல்லாருக்கும் இருந்த கேள்வியை மானசா எழுப்பினாள்.

"அதுக்குனு ஒரு எல்லை இருக்கு. அந்த எல்லை வரைக்கும் போகலாம். தாண்ட வேணாம்" – பெனாசிர் அதை எளிமைப்படுத்தினாள்.

ஆக, இசைக்குழுக்களின் வரலாற்று ஆவணங்களில் தொடங்கி இறுதிச்சுற்று வரை, மொத்தம் முப்பத்தொரு வாரங்கள் ஒளிபரப்பாகும் நிகழ்ச்சி என்று நிர்ணயித்தோம். இசைத்தளபதிகளுக்கு சனிக்கிழமை மாலை ஐந்து மணி முதல் ஆறு மணி வரை சேனல் FPCயில் இடம் ஒதுக்கப்பட்டிருப்பதாக சந்திரபாபு தகவல் அனுப்பியிருந்தார்.

அனைத்து நிகழ்ச்சிகளையும் ஸ்டூடியோவில் படம்பிடிப்பதே திட்டம். இதற்காக இரண்டு மாத காலத்துக்கு போரூரில் ஒரு பிரமாண்ட ஸ்டூடியோவை வாடகைக்கு எடுத்திருந்தோம். ஸ்டூடியோவை அலங்கரிக்கும் (set properties) மெட்டல் பூக்கள் மட்டும் வாங்கவில்லை.

“யார் அந்த பொறுப்பெடுத்துக்கிறீங்க?” – ராகவன் கேட்டபோது பெனாசிர் கை தூக்கினாள்.

“நானும் டெரன்ஸும் வாங்கிட்டு வர்றோம்” – என்னைக் கேட்காமல் என் பெயர் சொன்னாள். அந்தப் புதிய ஆதிக்கத்தை நான் ரசித்தேன்.

பெனாசிரும் நானும் புறநகர்ப்பகுதி அகநகர்ப்பகுதியென சுற்றித் திரிந்தோம். பாதிநாள் கடந்தபிறகுதான் என்ன வாங்க வேண்டும் என்பதே நினைவுக்கு வந்தது. பாரீஸ் கார்னர், மவுண்ட் ரோட் என்று கடை கடையாக ஏறி இறங்கி, முலாம் பூசிய பூக்களை வாங்கி அடுக்கினோம். அனைத்துப் பூக்களுக்கும் இன்னொரு பாலிஷ் தேவைப்படுவதாக பெனாசிர் கருதினாள்.

இறுதியாக ஃபீனிக்ஸ் மாலில் நேண்டூஸ் ரெஸ்டரன்ட்டுக்குள் நுழைந்தோம். யாருடைய கண்களுக்கும் எளிதில் எட்டிவிடாத கடைசி இருக்கையில் அமர்ந்தோம். பெனாசிரை காத்திருக்கச் சொல்லிவிட்டு வெளியே ஒரு ஃப்லோரல் ஷாப்பில் ரோஜா பூக்கள் வாங்கினேன். அந்த பூக்களோடு நான் திரும்பியதும் பெனாசிர், அதை எதிர்பார்த்ததுபோல புன்னகையோடு வரவேற்றாள்.

மெட்டல் பூக்களோடு மௌனமாக இருந்தவர்கள், நிஜப் பூக்களில் நெருக்கமானோம். இதழுக்குக் கொடுக்க நினைத்து, விரலுக்குக் கொடுத்த அந்த முதல் முத்தம் அன்றுதான்.

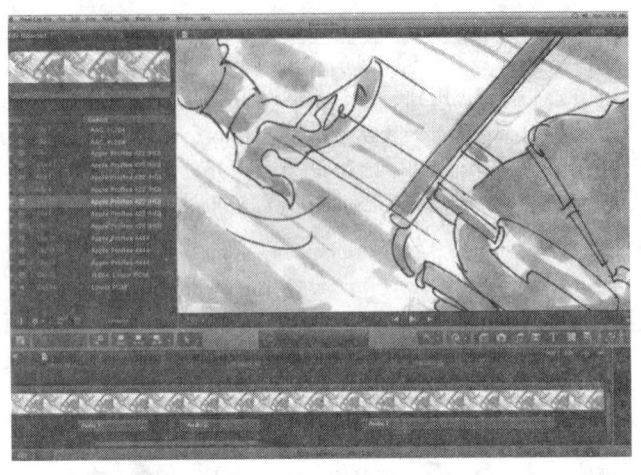

17

“மானசா, சின்ன வயசுல இருந்தே அவர்தான் உன் மாமாவா?” – எப்படித் தொடங்கவேண்டும் என்று தெரியாமல் எப்படியோ தொடங்கிவிட்டேன்.

“என்ன கேள்வி இது..? நீ யார கேக்கறே?”

“பட்டாபிராமன்.”

கூகுள் பக்கங்களில் குவிந்திருந்த அவளது பார்வை என் பக்கம் திரும்பியது. அவள் நாற்காலியை ஒட்டிய மேஜையின் விளிம்பில் அமர்ந்திருந்தேன்.

“ஓ... அவரா. அவர் தாய்மாமன் கிடையாது. அப்பாவோட தங்கையோட கணவர். நான் பொறந்ததுல இருந்து என்னத் தொட்டுத் தூக்கி வளத்தவர், அவர்தான்!”

‘தொட்டுத் தூக்கி’ என்ற வார்த்தைகளை அவள் நதிபோல உச்சரித்துக் கடந்தாலும், எனக்கு இடிபோலக் கேட்டது. அதற்கு மேல் எனக்கு பொறுமை இல்லை.

“மானசா அவர் சரியில்ல. அவரப் பத்தி எல்லாரும் தப்பா பேசறாங்க. நீ அவர் வீட்டுக்குப் போறத நிறுத்திக்கோ!”

"ஹே! என்ன ஆச்சு உனக்கு..? யாரு என்ன சொன்னாங்க?"

"அவர் பெண்கள் விஷயத்துல ரொம்ப மோசம்னு கேள்விப்பட்டேன்... நேர்லயே பாத்திருக்கேன் !"

"என் மாமா பத்தி இப்படி ஒரு அசிங்கமான விஷயத்த என்கிட்டயே டிஸ்கஸ் பண்ணதுக்கு ரொம்ப தேங்க்ஸ். நீ போய் உன் வேலைய பாரு" – அப்படி ஒரு முகத்திருப்பத்தை நான் எதிர்பார்க்கவில்லை.

"மானசா... உன்ன காயப்படுத்தணும்னு இத சொல்லல. ஒரு எச்சரிக்கை. அவ்வளவுதான் !"

"எல்லாருக்கும் ஒரு வீக்னஸ் இருக்கு. டெரன்ஸ், நீ சொல்ற விஷயத்த நான் ஏற்கெனவே கேள்விபட்டிருக்கேன். ஆனா, எனக்கு அவர் எப்பவுமே மாமாதான். அவர் என்ன பொண்ணு மாதிரிதான் பாத்துக்குவார். தயவுசெய்து அந்த உறவ களங்கப்படுத்தாத. இனி நம்ம ஆஃபிஸ்ல யார் அவரப் பத்தி தப்பா பேசினாலும் நீதான் என்கிட்ட அடி வாங்குவ. Leave me alone. மானசாவின் முழுநீள கோபத்தை முதல்முறை கண்டேன். எதையும் அலட்சியப்படுத்தும் அவள் வாழ்விலும் ஓர் ஈரமான பிடிமானம் இருப்பதை உணர்ந்தேன். எனக்குத் தெரிந்த உண்மையைச் சொல்லவேண்டும் என்பது என் விருப்பம். அவளுக்குத் தெரிந்த உண்மையை மறைக்கவேண்டும் என்பது அவள் விருப்பம். இனி இதில் தலையிடுவதில்லையென முடிவு செய்தேன். என் படத்தொகுப்பு அறைக்குத் திரும்பும் வரை அவளுடைய காட்சிகள்தான் ஓடிக்கொண்டிருந்தன.

அந்த அனுபவப்பொழுதை மேலும் கசப்பாக்க பெனாசிர் ஓடிவந்தாள். தொலைக்காட்சியில் மூன்று கட்டமாக ஆள்குறைப்பு செய்யவிருக்கிறார்கள் என்று ஹெச்.ஆர். அலுவலர்கள் பேசிக் கொள்வதாக இழவுத்தகவல் சொன்னாள். ஒவ்வொரு கட்டத்திலும் ஐம்பது பேரை வேலைநீக்கம் செய்யவிருப்பதாக விவரம் சொன்னாள். ரியாலிட்டி பிரிவு சமீபத்தில் உருவான ஒன்று என்பதால் அதற்கு ஆபத்து வர வாய்ப்பில்லை எனத் தோன்றியது. பூகம்பம் வந்தால் எல்லாரும் வீட்டுக்கு வெளியே ஓடிவந்து, அதுவரை சந்திக்காத அடுத்தவீட்டுக்காரனைச் சந்திப்பது மாதிரி ஒரு நிறுவனத்தில் பணிநீக்கத் தகவல்கள் வரும்போது, கேண்டீன் வட்டாரத்திலும், அலுவலகத்தைச் சுற்றிய தேநீர் கடைகளிலும் பல குழுக்கள் உருவாகும்.

நாங்களும் ப்ரியங்கா டீ வேர்ல்டுக்குப் புறப்பட்டோம். "இதுக்கு மன்மோகன்சிங்தான் காரணம்" என்று வழியில் யாரோ புலம்பிக்கொண்டிருந்தார்கள்.

மானசா இரண்டு பிஸ்கெட் எடுத்து எனக்கு ஒன்று கொடுத்தாள். ராகவன் வழக்கம்போல மண்குவியலில் புதைந்தான். தேநீர்க் கடை உரிமையாளர் அகிலாண்டம் ஒளித்து வைத்திருந்த ப்ளாஸ்டிக் நாற்காலியைத் தேடிக்கண்டுபிடித்து அதை மண்குவியலின் அருகில் இருந்த சமதளத்தில் இழுத்துப் போட்டுக்கொண்டு அமர்ந்தான் நிலா சுந்தரம். மானசாவின் புகை தாங்காமல் நான் தரையில் அமர்ந்துகொண்டேன்.

"பெனாசிர்... இந்த வேல இல்லனா நீ என்ன செய்வ?" – நிலா சுந்தரம் ஆக்கபூர்வமாக தொடங்கினான்.

"வேற சேனலுக்குப் போவேன் ப்ரின்ட் மீடியாக்கு போவேன்" – பெனாசிரின் தெனாவெட்டு எனக்குப் பிடிக்கவில்லை.

"எல்லா டி.வி.லயும் இப்ப ரெக்ரூட்மென்ட் நிறுத்தி வச்சிருக்காங்க. ப்ரின்ட் மீடியால உனக்கு இங்க கொடுக்கிற சம்பளம் கொடுக்க மாட்டாங்க பெனாசிர்" – அவளுக்கு செக் வைக்க விரும்பினேன்.

"பொண்ணுங்களுக்கென்ன எந்த வேலயும் கிடைக்கலனா ப்யூட்டி பார்லருக்குப் போய் வெள்ளரிக்காவ பூசிக்கிட்டு கல்யாணத்துக்கு ரெடியாயிருவீங்க..." – நிலா சுந்தரத்தின் கெக்க பெக்க.

அவன் அந்தக் கடைசிவார்த்தையை உச்சரித்த அடுத்த நொடி, அவனுக்குப் பின்னால் நின்றிருந்த மானசா, ஒரு பெருஞ் சத்தத்தோடு நாற்காலியை எட்டி உதைத்தாள். நிலை இழந்த நிலா குப்புற விழுந்து மண்ணைக் கவ்வினான்.

"இன்னும் எத்தன தலைமுறைக்குடா இதே மாதிரி யோசிக்கப் போறீங்க? புடுங்கி பசங்களா! எது மாறினாலும் இது மாறாதுடா உங்களுக்கு!" அன்று முழுக்க கோபத்தால் கொதிக்க ஆண்டவன் அவளை ஆசீர்வதித்திருந்தார்.

"எல்லாம் நல்லாதான போயிகிட்டு இருக்கு. ராகவா, என்ன திடீர்னு ஆள்குறைப்பு?" – என்னால் ஒரு முடிவுக்கு வரமுடியவில்லை.

"சர்வதேச பொருளாதாரச் சரிவின் பிரதிபலிப்போ?" – நிலா சுந்தரம் குறுக்கிட்டான்.

“நம்ம சேனல் சன் டி.வி.யோட போட்டி போட ஆசப்பட்டு மெகா தொடர்களுக்கு ரொம்ப செலவு பண்ணிட்டாங்க. சரியான ரெஸ்பான்ஸ் இல்லாமப் போச்சு. பெரிய இழப்பு. அத ஈடுகட்ற பல முயற்சிகள்ல ஆள்குறைப்பும் ஒண்ணுனு நினைக்கிறேன்” – ராகவன் சொன்னதைத் தாண்டி வேறு காரணங்கள் இருப்பதாகத் தோன்றியது.

“Telecom Regulatory Authority of India கன்னாபின்னானு விதிகள் போடறதும் டி.வி. மீடியாவோட ரெவென்யூவ பாதிக்குதுனு நான் நினைக்கிறேன்.”

“ரைட் டெரன்ஸ். தொலைதொடர்புத் துறை அமைச்சரவை யோட ஒரு அங்கமான TRAI சமீபத்துல ஒரு விதி கொண்டு வந்தாங்க. எந்த ஒரு டி.வி.யும் ஒரு மணி நேரத்துக்கு பன்னிரண்டு நிமிஷங்களுக்கு மேல விளம்பரங்கள் ஒளிபரப்பக் கூடாதுன்றது அந்த விதி. அந்த பன்னிரண்டு நிமிஷங்கள்ல, பத்து நிமிஷம் பொது விளம்பரம். இரண்டு நிமிஷம் சேனல் புரமோஷன்ஸ். இது ஒரு சேனலோட அட்வெர்டைசிங் ரெவென்யூவ பெருசா பாதிக்கும். பாதிச்சுக்கிட்டு இருக்கு. கோர்ட்ல கேஸ் நடந்துக்கிட்டு இருக்கு. இரண்டு தரப்புலயும் நியாயமான வாதங்கள் இருக்கு.”

“அது மட்டுமில்ல ராகவன். நிறைய விளம்பர நிறுவனங்கள் அவங்களோட தளத்த மாத்திக்கிட்டாங்க. ப்ரின்ட் மீடியாவும் டி.வி. மீடியாவும் ரொம்ப காஸ்ட்லியா இருக்கிறதால சோஷல் மீடியா நோக்கி போயிட்டாங்க. பெரிய பெரிய சினிமா நிறுவனங்கள்கூட Youtube, Twitter, Facebook போதும்னு முடிவு பண்ணிட்டாங்க ‘யான்’ படத்தோட ஆடியோ ரிலீஸ்கூட கூகுள் ஹேங் அவுட்லதான் நடந்துச்சு. இந்த மாற்றம் நமக்கு பெரிய இழப்புதானே!” – என்னிடம் பேசும்போதெல்லாம் பெனாசிர் இப்படி உருப்படியாகப் பேசுவதில்லையே என்று வருத்தப்பட்டேன்.

“To add there in one more da kutty டி.ஆர்.பி. கணக்குல நிறைய வில்லங்கம் நடக்கறதா சொல்றாங்க. எந்த அளவுக்கு உண்மைனு தெரியல. வில்லங்கம் ஒரு பக்கம் இருக்கட்டும். நம்ம சமூகத்தோட பன்முகத்தன்மை டி.ஆர்.பி.க்கு பெரிய சவால். முதல் முதல்ல நம்பர்ஸ் கேல்குலேட் பண்ணபோது மும்பை, டெல்லி, சென்னைனு நகர ஜனத்தொகைதான் இவங்க sample populationனா இருந்தது. ரொம்ப சிம்பிளாவும்

இருந்தது. ஆனா, டி.ஆர்.பி. மெஷினரி, என்னிக்கு தூத்துக்குடி திருநெல்வேலினு இரண்டாம் கட்ட நகரங்களையும் உள்ள கொண்டு வந்துச்சோ அன்னிக்கு தொடங்கிச்சு குழப்பம்.

சென்னை மக்களுக்குப் பிடிக்கிற நிகழ்ச்சி, தூத்துக்குடி மக்களுக்குப் புடிக்கலன்றது புரிஞ்சுச்சு. கன்னியாகுமரில எல்லாரும் ரசிக்கிற ஒரு ஷோக்கு, மதுரைல பெரிய வரவேற்பு இல்லனு தெரிஞ்சுச்சு. ஆக, ஒரு ஷோவ நாம யாருக்காக தயாரிக்கிறோம்ன்ற கேள்விக்கு சேனல் நிர்வாகம் மிகத் தெளிவா பதில் சொல்லவேண்டியிருக்கு. இந்தக் குழப்பத்தையும் ஏற்றத்தாழ்வையும் பயன்படுத்தி பெரிய லெவெல்ல கரப்ஷன் நடக்கிறதா சொல்றாங்க..!" – மானசாவின் காரணத்தில் எனக்கு நிறைய சந்தேகங்கள் இருந்தன.

"யக்கா... நாம யாருக்காக ஷோ பண்றோம்?" – நிலா சுந்தரம் பவ்யமாகக் கேட்டான்.

"நம்ம ஷோ பண்றது நம்ம வயித்துப் பொழப்புக்காகத்தான். லெட்ஸ் மூவ்" – எல்லாரையும் மணல்புதைவிலிருந்து மீட்டேன்.

நாற்காலியை மடித்து அகிலாண்டத்திடம் கொடுத்தான் நிலா சுந்தரம்.

"அர மணிநேரத்துக்கு அஞ்சு ரூபா."

அந்த நாற்காலியையும் அவர் வாடகைக்கு விட்டுப் பிழைக்கிறார் என்று அன்றுதான் தெரியும். நிலா சுந்தரம் எங்கள் எல்லாரையும் ஒருமுறை வியப்புடன் பார்த்துவிட்டு தன் பாக்கெட்டில் இருந்த ஐந்து ரூபாய் நாணயத்தை அகிலாண்டத்திடம் கொடுத்தான்.

"பாட்டி இதுக்கெல்லாம் காசு வாங்குறீங்களே... என்ன பாட்டி நீ" – அந்த ஐந்து ரூபாய் இழப்பை நிலா சுந்தரத்தால் தாங்க முடியவில்லை.

"என்ன தம்பி பண்றது, இப்படியெல்லாம் சம்பாதிச்சாதான் ரிசஷன்ல மாட்டாம தப்பிக்க முடியும்!"

அகிலாண்டத்தின் அந்த எதிர்பாராத பதிலைக் கேட்டு சுற்றுவட்டாரத்தில் கூடியிருந்த பலரும் கைதட்டிச் சிரித்தார்கள். வாய்பிளந்துகிடந்த நிலாவை நான் கைப்பிடித்து இழுத்து வந்தேன்.

18

மாடப்புறா தொலைக்காட்சிக்கு வேலைக்கு வருமுன் வேறொரு தனியார் தொலைக்காட்சியில் ராகவன் ஒரு 'ஸ்டோரி ப்ரொடியூசர்'. ஒட்டுமொத்த நிகழ்ச்சியையும் கையாளக்கூடியவன் என்றாலும் அவனுடைய தலைசிறந்த பணித்திறன் என்பது நிகழ்ச்சியில் பங்குபெறும் போட்டியாளர்களுக்கு பின்னணிக் கதைகள் தயாரிப்பதுதான். ஆனால், இசைத்தளபதிகளுக்கான ஸ்டோரி ப்ரொடியூசராக அவன் நியமித்திருப்பது நிலா சுந்தரத்தை.

ஒரு போட்டியாளர் சபைக்குள் நுழையும் முன் அவருடைய வாழ்க்கைச் சூழலையும் கடந்து வந்த பாதையையும் விளக்கும் வண்ணம் ஒளிபரப்பாகும் அந்த இரண்டு நிமிட கதை அதிமுக்கியம் வாய்ந்தது. அவைதான் பார்வையாளர்களுக்கும் போட்டியாளர்களுக்கும் ஓர் உறவை ஏற்படுத்துகிறது. இந்த ரியாலிட்டி பதிவுகள்தான் நிகழ்ச்சியின் இரத்த ஓட்டம்.

முதல் கட்டமாக, போட்டியாளர்கள் முதன் முதலில் நிரப்பும் விண்ணப்பப்படிவங்களில் கதைக்கான தேடல் தொடங்குகிறது.

‘சந்திக்கும் தடைகள்’, ‘வாழ்க்கையின் இலட்சியம்’ என்ற இரண்டு பகுதிகளில் அவர்கள் நிரப்பும் செய்திகள்தான் பெரும்பாலும் கதை உருவாக்கத்தின் தொடக்கம். அடுத்தக் கட்டமாக ஒரு நேர்முகக் கலந்துரையாடல் நிகழ்கிறது. கூடுதல் தகவல்கள் சேகரிக்கப்படுகின்றன. கையில் இருக்கும் தகவல்களை அடிப்படையாக வைத்து ஒரு ஸ்டோரி ஸ்க்ரிப்ட் எழுதுவது மூன்றாவது நிலை. இங்கே ஒரு போட்டியாளரின் கதையைத் தகவல்களின் கோர்வையாகச் சொல்லாமல் உணர்ச்சிகளின் திரட்சியாய் வெளிப்படுத்துவதே நோக்கம்.

ஒரு கதையின் உணர்ச்சி என்ன என்பதை முடிவு செய்வது முக்கியம். ஒரு போட்டியாளருக்கு மிகப்பெரிய குடும்பச் சுமை இருக்கிறது. போட்டியில் வெற்றிபெற்று தன் குடும்பக் கடன்களை அடைக்க விரும்புகிறார். இது தகவல். அந்தச் சுமையை நினைத்து அவர் அழுததே இல்லை யென்றாலும் அவரை மனம்விட்டுப் பேசவைத்து பேசவைத்து எப்படியாவது அவர் கண்களில் இருந்து கண்ணீரை வரவழைக்கவேண்டும். இது திரைக்கதை. கவலை இருக்கும்போது அங்கே கண்ணீரைத் தேடுவதில் தவறில்லை. ஆனால், இல்லாத கவலைகளுக்காக கண்ணீர் விடச்செய்வது தவறு என்பது எங்கள் தயாரிப்புக்குழுவின் தனிப்பட்ட அறம்.

“செங்கல, சுவர் மாதிரி காட்டு. அது செங்கலா சுவரானு உன் ஸ்க்ரிப்ட்ல சொல்லாத. அந்த முடிவ வ்யூவர்ஸ்கிட்ட விட்ரு.”

ஐந்து இசைக்குழுக்களின் பின்னணி கதைகளைத் தயாரிக்கத் தொடங்கும் முன் நிலாசுந்தரத்திற்கு ராகவனும் மானசாவும் வழங்கிய திருவாசகம் இது. நிலாசுந்தரம் படம்பிடித்து வந்த காட்சிகளை இரண்டு நாட்கள் இரவு பகலாக எடிட் செய்து முடித்தேன். அதுவரை காகிதத்தில் மட்டுமே இருந்த எங்கள் நிகழ்ச்சியின் முதல் காட்சித்தொகுப்பு அது. பதற்றத்தோடு பார்க்கத் தொடங்கினோம்.

இசைக்குழு *1:* Egg Matrix

வாழ்க்கையின் இலட்சியம்: வெள்ளை மாளிகையில் இசைப்பது.

சந்திக்கும் தடைகள்: கல்விச்சுமைக்கு இடையே இசைக் குழுவாக இயங்குவது மற்றும் பெற்றோர்களின் எதிர்ப்பு.

1850களில், பெர்லினில் மன்னர் சபையில் முழங்கிய இசைக் குழுவின் அரிய காட்சிகளைக் கண்டுபிடித்து, அந்த இசைக் கலைஞர்களின் முகங்களில் Egg Matrix மாணவர்களின் முகங்களை மாஸ்க் செய்து ஒரு கிராண்ட் ஓபனிங் கொடுத்திருந்தோம். கல்விச்சுமையால் தற்கொலை செய்துகொள்ளும் மாணவர்களைப் பற்றிய தகவல்களைத் திரட்டிச் சேர்த்திருந்தோம்.

இந்த ராக் பேண்ட் குழுவைச் சேர்ந்த நான்கு பேரும் பொறியியல் கல்லூரி மாணவர்கள். அதில், கிதார் வாசிப்பவனின் தந்தை டாஸ்மாக்கில் பணியாற்றுகிறார். அவனை டாஸ்மாக் வாசலில் கிதார் வாசிக்கச் செய்தும், அதை அவன் தந்தை எரிச்சலோடு பார்த்துக்கொண்டிருப்பது போலவும் காட்சிகள் அமைத்திருந்தோம்.

வங்கியில் பணியாற்றும் ஒருவரின் மகன், அந்தக் குழுவின் டிரம்ஸ் வாசிப்பவன். படப்பிடிப்புத் தொடங்கிய அந்தக் காலகட்டத்தில் வங்கி ஊழியர் போராட்டம் நடைபெற்றது. போராட்ட வளாகத்தில் அவன் ஓர் ஓரமாக உட்கார்ந்து டிரம்ஸ் வாசிப்பதாக படமாக்கினோம். போராட்டக்குழுவைச் சேர்ந்த சிலர் அவன் அருகில் வந்து ருத்ர தாண்டவமாடினார்கள். மாணவர்களின் கல்லூரி வளாகத்தையும் கதைக்கள மாக்கினோம்.

இறுதியாக, ஒரு பாஸ்போர்ட்டில் அமெரிக்க விசா அச்சாவது போலவும், அந்த விசா காகிதத்துக்கு மேல் நான்கு பேரின் முகங்களும் ஒன்றன்பின் ஒன்றாக அச்சாவதுபோலவும் முடித்திருந்தேன்.

நிலா சுந்தரத்தின் வாய்ஸ் ஓவர் அதிகம் உணர்ச்சிவசப் படுவதாகவும் காட்சி அமைப்பில் அளவுக்கதிகமான க்ளோஸ் அப் ஷாட் இருப்பதாகவும் மானசா கருதினாள். நிலா தன் கோடுபோட்ட நோட்டில் குறித்துக்கொண்டான்.

இசைக்குழு 2: Rockamma Rocky

வாழ்க்கையின் இலட்சியம்: ஷங்கர் படத்துக்கு பின்னணி இசை அமைப்பது.

சந்திக்கும் தடைகள்: வறுமை.

இவர்கள் சென்னையின் புறநகர்ப்பகுதியைச் சேர்ந்த ஒரு ஃப்யூஷன் பேண்ட். ராக் இசையும், பறை இசையும் இவர்களின் இரண்டு கண்கள். கதையை ராக் இசையில்

கபிலன் வைரமுத்து

தொடங்கி மெல்ல மெல்ல பறை இசையைப் புகுத்தினோம். ஜென்டில்மேன், இந்தியன், முதல்வன், அந்நியன் ஆகிய படங்களின் க்ளைமேக்ஸ் காட்சிகளுக்கு இவர்கள் பின்னணி வாசிப்பதுபோல அரங்கம் அமைத்துப் படமாக்கியிருந்தோம்.

ஆறு பேர் கொண்ட குழுவில் இரண்டு ஆண்கள் மூன்று பெண்கள். ஒருவன் சைக்கிள் கடையில் வேலை பார்க்கிறவன். ஒருவன் சவரம் செய்கிறவன். பெண்கள் மூவரும் சாலைப் பணியாளர்கள். தனித்தனிக் கதைகளை மனமுருகச் சொல்லிவிட்டு, இசை எப்படி இவர்களை ஒன்று சேர்த்தது என்று முடித்திருந்தோம். பெண்கள் மூவரும் பெருந்துடப்பம் கொண்டு பெருக்கும்போது சாலையில் கிளம்பும் தூசு, கேமராவில் படிவதே கடைசிக்காட்சி.

இசைக்குழு 3: Grilled Chickens

வாழ்க்கையின் இலட்சியம்: ஐந்து பெண்களும் ஒரே ஆணைத் திருமணம் செய்வது.

சந்திக்கும் தடை: சமூகச் சூழல்.

மும்பையைச் சேர்ந்த ஐந்து இளம் தமிழ் பெண்களின் Jazz இசைக்குழு. ஐந்து பேரும் அனிமேஷன் கம்பெனியில் பணியாற்றுகிறவர்கள். இதில் எங்களுக்கு வேலையே இல்லை. ஒரு தொலைக்காட்சி நிகழ்ச்சிக்கு தேவையான அளவுக்கு தங்கள் கதையை அவர்களே படம்பிடித்திருந்தனர். ஒரு பாடலில் அவர்களின் கதையை சொல்லும் வண்ணம் காட்சி அமைத்திருந்தனர். Jazz இசையின் ஏக்கத்தோடு, அனிமேஷனின் குறும்புகள் சேர்ந்து, நேரம் போவதே தெரியவில்லை. அதில் கொஞ்சம்கூட கைவைக்கவில்லை என்று நிலா சுந்தரம் உண்மை சொன்னான். அந்தக் கதைப்படம் முடிந்தும் பெனாசிர் அந்தப் பாடலை முணுமுணுத்துக்கொண்டிருந்தாள்.

இசைக்குழு 4: Semmozhi Popsters

வாழ்க்கையின் இலட்சியம்: சங்க இலக்கியப் பாடல்களை உலகம் முழுக்கப் பயணம் செய்து பரப்புவது.

சந்திக்கும் தடைகள்: ஊடகம்.

அதாவது, இவர்களின் பயணத்துக்கு எந்த ஊடகமும் ஒத்துழைக்க மறுக்கிறது என்பது இவர்கள் குற்றச்சாட்டு. ஆனால், இவர்களே சுமாரான உச்சரிப்போடு தப்புத்தப்பாகத்தான்

பாடல்களைப் பாடுகிறார்கள். கோவையைச் சேர்ந்த ஐந்து இளைஞர்களும் தமிழ் கற்றவர்களாக இருந்தாலும், அவர்களால் அதை பாப் இசைக்குள் பொருத்த முடியவில்லை. அந்த இயலாமைதான் இந்தக் கதையின் நிறம். குறுந்தொகைப் பாடல்கள்தான் இவர்களுடைய பிரதான வட்டம். அதை மையமாக வைத்து, தமிழ் ஆர்வலர்களின் கருத்துத் தொகுப் போடும் நவீன உலகத்தில் தமிழின் இருப்பைப் பற்றிய கலவையான தகவல்களையும் சேர்த்து semmozhi popstersஐ காட்டியிருந்தோம். இடையிடையே அவர்கள் பாடிய குறுந்தொகை ஒரு புதிய உணர்வை ஏற்படுத்தியது.

நிகழ்ச்சியில் வெல்லும் பரிசுத்தொகையைக் கொண்டு, உலகத்தின் தலைசிறந்த அரங்குகளில் தமிழைப் பாட விரும்புவதாக ஐந்து இளைஞர்களும் உறுதிமொழி ஏற்கும் காட்சியோடு கதையை நிறைவு செய்திருந்தோம். நான் மிகவும் ரசித்த கதை இதுதான். நிலா சுந்தரத்தின் முதுகில் தட்டிப் பாராட்டினேன்.

இசைக்குழு 5: Mangoose Mandaigal

வாழ்க்கையின் இலட்சியம்: ஒரு நள்ளிரவில் தங்கள் இசையால் சென்னையை எழுப்பி அனைவரையும் ஜெமினி மேம்பாலத்தைச்சுற்றி நடனமாடச்செய்ய வேண்டும்.

சந்திக்கும் தடைகள்: கல்விச்சுமையும் காதலும்.

ஸ்டார் ஓட்டல்களின் பார் மேடைகளில் மிகப் பிரபலமான இவர்கள், சென்னையைச் சேர்ந்த ஹெவி மெட்டல் மாணவர்கள். கல்விச்சுமை ஏற்கெனவே கதையாகிவிட்டது. காதலை மட்டும் எடுத்துக்கொண்டோம். திரும்பிப் பார்க்க வைக்கவேண்டும் என்பதே இலட்சியம். ஆக, 'கண்டுகொள்ளப் படாததே கதை' என்று நிலா சுந்தரம் முடிவு செய்தான்.

'உலகம், எப்படி இவர்களின் இசையை உணர்ச்சியின்றி தாண்டிப் போகிறது' என்பதை மையமாகக் கொண்டு அவன் இயக்கியிருந்த காட்சிகள் அவனுக்குள் இருந்த கலை அழகைக் காட்டின. ஆண்களும் பெண்களும் நிறைந்த குழுவில், வெவ்வேறு திசைகளில் இருந்து வரும் காதல் எப்படி அவர்களின் குழு மனப்பான்மையை நிலைகுலையச் செய்கிறது என்பதையும், எப்படி அதிலிருந்து மீண்டு இந்த மேடைக்கு வந்திருக்கிறார்கள் என்ற பயணத்தையும் அவன்

அபாரமாக சொல்லியிருந்தான். ஜெமினி மேம்பாலத்தில் நின்றுகொண்டு அவர்கள், பரபரப்பான ராதாகிருஷ்ணன் சாலையைப் பார்வையிடுவதுபோலவும், அதிலிருந்து கேமிரா வேகமாக ஓடி காந்திசிலையைக் கடந்து, கடற்கரையில் ஒரு பேரலையில் மோதுவதுபோல முடித்திருந்தோம்.

எல்லா கதைகளையும் பார்த்துமுடித்துவிட்டு அறையின் ட்யூப்லைட் ஸ்விட்ச்சை அழுத்தினேன். நான்கு முகங்களிலும் ஏற்கெனவே வெளிச்சம் பரவியிருந்தது. தான் சுமாராகத்தான் இயக்கியதாகவும், நான் மிகநுட்பமாக எடிட் செய்ததால்தான் இந்தக் கதைகள் வடிவம் பெற்றிருப்பதாகவும் நிலா சுந்தரம் சொன்னபோது எனக்கு நெகிழ்ச்சியாக இருந்தது. அவனுடைய குணக்கூட்டில் இருந்து அப்படிப்பட்ட வார்த்தைகள் பறந்துவருமென நான் எதிர்பார்க்கவில்லை!

“நாங்க இதெல்லாம் நல்லா இருக்குனு சொல்லவே இல்லையே... அதுக்குள்ள எதுக்கு இந்த வசனமெல்லாம்?” மானசா, அவனது தோளில் தட்டி எங்கள் இருவரையும் அசடுவழிய வைத்தாள்.

ராகவனும் பௌசிரும் பல ஆக்கபூர்வமான மாற்றங்களை முன்வைத்தனர். சில மாற்றங்களை அவர்கள் சொல்லச் சொல்ல உடனே செய்துபார்த்தோம். மூன்று மணிநேர திருத்தங்களுக்குப் பிறகு ஒரு டி.ஆர்.பி. கீற்று தெரிந்தது.

போரூர் ஸ்டூடியோவில் இரண்டாம் கட்டப் படப்பிடிப்புக்குத் தயாரானோம். அதே இடத்தில் நடந்துமுடிந்த முதல் கட்டப் படப்பிடிப்பில் நிகழ்ந்ததுபோல கலவரம் ஏதும் நிகழக்கூடாது என்று ஆண்டவனை வேண்டிக்கொண்டோம்.

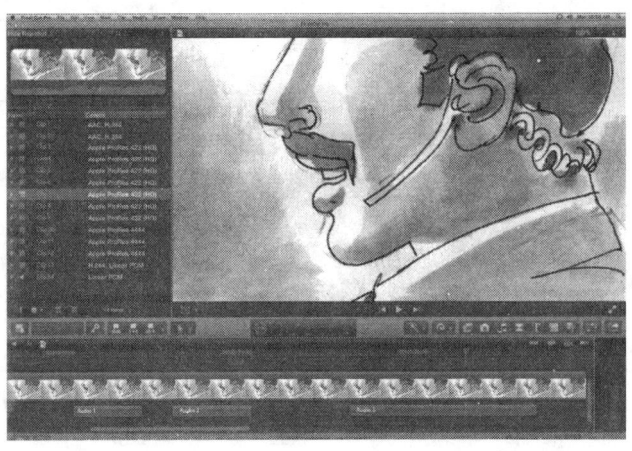

19

மன்னிக்கவேண்டும். நிகழும் கதையில், ஏதோ அவசரத்தில் ஒரு முக்கியமான மாலைப்பொழுதை மறந்துவிட்டேன். இந்த டாக் பேக் மைக்கைப் பார்த்த போதுதான் நினைவுக்கு வந்தது.

ஐந்து இசைக்குழுக்களின் ப்ரொஃபைல் ஸ்டோரிக்கு நேரடியாகச் சென்றுவிட்டோம். ஆனால், இருநூறு இசைக்குழுக்களில் இருந்து ஐந்து இசைக்குழுக்கள் தேர்வாகிய அந்த நாள் குறிப்பிடப்பட வேண்டிய ஒன்று. நடுவர்கள் கலந்து கொண்டு குழுக்களைத் தேர்வு செய்த "ஜட்ஜஸ் லெவெல் ஆடிஷன்"தான் போரூர் ஸ்டூடியோவில் நிகழ்ந்த முதல் கட்டப்பிடிப்பு. ப்ரொடியூசர் லெவல் ஆடிஷனில் நாங்கள் தேர்வு செய்த ஐந்து குழுக்களும் இதில் பங்குபெற்றன. எழிலரசன், எமன், விசித்ரா மூன்று நடுவர்களும் தங்கள் அதிவண்ண ஆடைகளால் கண்களையும் கேமிராக்களையும் பொசுக்கிக்கொண்டிருந்தனர்.

"எல்லா முடிவையும் அவங்ககிட்ட விட்டுட்டா எப்படி ராகவா..? ம்யூசிகலா இருக்கிறது சரி. ஆனா, ஷோ நடக்கும்போது விஷுவலா யாரு அப்பீலிங்கா இருப்பாங்கனு நமக்குத்தானேதெரியும்"

படப்பிடிப்புத் தொடங்குவதற்கு முன், நான் என் கவலையைத் தெரிவித்தான்.

“என்ன சொல்ல வர நீ..? இசை நல்லா இருந்தா பத்தாது, குழுல இருக்கிற ஆட்களும் அழகா இருக்கணும்னு சொல்றியா?” – நிலா சுந்தரத்துக்குப் புரியவில்லை.

“டேய் மைதா மாவு! ஆட்களோட அழகப் பத்தி நான் பேசவே இல்ல. ஒரு ம்யூசிக் ட்ரூப்போட பாடி லாங்குவேஜ் பத்திச் சொல்றேன். இது ரேடியோ கிடையாது. ஒவ்வொரு இசைக்குழுவும் அவங்க இசைக்கு என்ன உருவம் கொடுக்கறாங்கன்றது முக்கியம். அஞ்சு பேர் சேந்து இயங்கும்போது அங்க ஒரு synergy structure உருவாகுது. அந்த structure நம்ம ஷோக்கு ஹெல்ப் பண்ணுமா, பண்ணாதானு நாமதான் முடிவு பண்ணணும்” – மனதில் இருந்ததை வார்த்தைகளில் எனக்குச் சொல்லத் தெரியவில்லை.

“டெரன்ஸ் சொல்றதுல பாய்ன்ட் இருக்கு... ஆனா, நாம யாரும் நடுவரா உட்கார முடியாது. மேடைல ஒரு குழு பெர்ஃபார்ம் பண்ணும்போது நாம என்ன நினைக்கிறோம் அப்படின்றது ஜட்ஜஸ்க்கு டாக் பேக் மைக் வழியா சொல்லலாம்” ராகவன் ஏற்கெனவே திட்டமிட்டிருந்தான்.

“சவுண்ட்ஸ் பெட்டர்” – எங்கிருந்தோ வந்த கலந்துரையாடலின் கடைசி வார்த்தைகளை மட்டும் கேட்டுவிட்டு பெனாசிர் திருப்தி அடைந்தாள்.

“ராகவன் இது ஒரு மேட்ச் ஃபிக்சிங் மாதிரி தெரியல?” – நிலா சுந்தரத்துக்கு மனசாட்சி உறுத்தியது.

“ஏன் பெரிய பெரிய வார்த்தையெல்லாம் பேசற. ஒரு போட்டியாளர தேர்வு செய்யறதுக்கு நடுவர்களுக்கு நாம உதவி செய்றோம். ஃபுல் ஸ்டாப்” – ராகவன் முடித்துவைக்க நினைத்தும் நிலா சுந்தரத்தின் மனதில் அந்த வாதம் முற்றுப் பெற்றதாகத் தெரியவில்லை. அவனுக்குள் ஏதோ ஒரு கலவரம் உலவியது!

ஆறு கேமிரா செட்அப் இருந்து என்ன? பல முக்கியமான காட்சிகளையும், நடுவர்களுடைய கிடைப்பதற்கரிய “வாவ்” ரியாக்ஷன்ஸ் பலவற்றையும் படம்பிடிக்கத் தவறி விட்டார்கள். PCR என்று சொல்லப்படும் ப்ரோகிராம்

கன்ட்ரோல் ரூமில் இருந்துகொண்டு, ராகவனும் நானும் நூற்றுக்கணக்கான இன்ஸ்ட்ரக்ஷன்ஸை வழங்கினாலும் அவ்வளவு பெரிய நிகழ்ச்சியைக் கையாளும் அனுபவமில்லாமல் ஒளிப்பதிவாளர்கள் தவித்தார்கள். இருபது இசைக்குழுக்கள் மேடையேறி இறங்கியதும்தான் படப்பிடிப்பு குழு ஓர் ஒழுங்குக்கு வந்தது.

தப்பாட்டத்தை மையமாகக்கொண்ட ஒரு குழு, அரங்கை அதிர வைத்தது. அவர்களின் நேரம் முடியும் தறுவாயில் நிலா சுந்தரம் PCR மைக்கில் இருந்து நடுவர்களின் காதுகளில் ஒளிந்துகிடந்த டாக் பேக்குக்கு தகவல் சொல்வதற்குப் பதிலாக, அனைவருக்கும் கேட்கும் ஃப்ளோர் மைக்கில் பேசிவிட்டான்.

“சர்... மேடம்... இந்தக் குழு விஷுவலா வொர்க் அவுட் ஆவாங்கனு தோணுது... நீங்க செலக்ட் பண்ணலாம்!” அழுத்தமாகச் சொல்லிவிட்டான்.

அருகில் இருந்த ராகவனுக்கும் எனக்கும் பகீரென்றது. அரங்கில் இருந்தவர்கள் அசரீரி கேட்டதுபோல் அருள்வந்து எழுந்தார்கள்.

“ஹலோ... ஹலலோ. மைக் டெஸ்டிங் ஒன்டூத்ரி..!” – தவறைச் சமாளிக்க நிலா சுந்தரம் என்னென்னவோ செய்துபார்த்தான்.

“டேய் டுபுக்கு! தப்பான மைக்ல பேசினதுகூட பரவால்ல. செலக்ட் பண்ணா நல்லா இருக்கும்னு நினைக்கிறோம்னு பொலைட்டா சொல்லியிருக்கலாமே டா. நீ சொன்ன டோனே சரியில்ல!” – உடனடியாக மாற்றிச் சொல்லச் சொன்னோம்.

அந்த மாற்றம் நிகழ்வதற்குள் நடுவர் எழிலரசன் தன் நாற்காலியில் இருந்து எழுந்து நேராக PCRக்கு வந்துவிட்டார்.

“யாரு மா மைக்ல பேசறது? எல்லாத்துக்கும் ஒரு லிமிட் இருக்கு. இவங்கள செலக்ட் பண்ணுங்க, அவங்கள செலக்ட் பண்ணுங்கனு நீங்க சொல்றத கேக்கறத்துக்கா எங்கள நடுவர்களா போட்டிருக்கீங்க..? அதுக்கு நீங்களே நடுவர்களா இருக்கலாமே!”

பராசக்தியின் நீதிமன்ற வசனம்போல, நிறுத்தாமல் கொதித்தார் எழிலரசன். அதற்கு, நிலா சுந்தரம் பதில் சொல்லுவான் என்று எதிர்பார்க்கவில்லை.

"சர்... இது ஒரு டீம் வொர்க். எல்லாரும் சேந்துதான் முடிவு எடுக்கணும். அப்பதான் ஷோ நல்லா வரும்!" என்ற பாணியில் இவன் இன்னொரு திசையில் பொங்கிவிட்டான்.

எழிலரசன் அருகில் இருந்த நாற்காலியை எட்டி உதைத்து விட்டு எந்த பதிலும் சொல்லாமல் அரங்கை விட்டு வெளியேறி விட்டார். படப்பிடிப்புத் தளமே ஸ்தம்பித்து நின்றது.

"டீ ப்ரேக்" என்று மானசா அறிவித்தாள். அப்பொழுது இரவு மணி 11:30.

"நீ ஏண்டா டென்ஷன் ஆன? நம்ம மேலதாண்டா தப்பு!" – உடனடியாகத் தீர்வு காண நினைத்தேன்.

"என்ன பெரிய தப்பு..? நீங்கதானடா இந்த ஐடியா கொடுத்தீங்க? அப்பவே எனக்கு இது சரியாப் படல!"

"ஐடியா ஒண்ணும் புதுசு இல்லடா. நாம சரியா அத... சரி விடு... இருக்கற ஜட்ஜஸ வச்சு மேனேஜ் பண்ணுவோம்" – ராகவனுக்கோ எங்களுக்கோ வேறு வழியில்லை.

விசித்ராவையும் எமனையும் தனியாக அழைத்து நிகழ்ச்சியின் தேவைகளைத் தெளிவாக எடுத்துரைத்து, இரவு 12:00 மணிக்கு படப்பிடிப்பை மீண்டும் தொடங்கினோம்.

நிலா சுந்தரத்திடம் மைக்கைக் கொடுத்து, "ராசாத்தி பாடுறீ" என்று மானசா சமரசம் செய்ய முயற்சித்தும் அவன் அரங்கத்துக்கு வெளியே சென்று தன் கைக்குட்டையை விரித்து ஒரு தூக்கத்துக்குத் தயாரானான். அதற்குப் பின் இருபது இசைக்குழுக்கள் பாக்கி இருந்தன.

படப்பிடிப்பு முடியும்போது அதிகாலை நான்கு மணி. பிரதான போட்டிகளில் பங்குபெறும் ஐந்து குழுக்களையும் நடுவர்கள் தேர்வு செய்தார்கள். ராகவன்தான் டாக்பேக் தொடர்பைக் கையாண்டான். எல்லாருக்கும் நன்றி சொல்லி பேக்அப் செய்துவிட்டு ஐந்து பேரும் கோடம்பாக்கத்தில் இருக்கும் மிட்னைட் மசாலாவில் தந்தூரி சிக்கன் சாப்பிட்டு விட்டு தேநீர் குடித்தோம்.

எம்.ஜி.ஆர். படத்தின் இறுதிக்காட்சியில் வரும் பெருத்த அடியாட்கள் அடித்துப்போட்டதுபோல அசாதாரண அசதி.

ஐந்து பேரும் இரண்டு நாட்கள் விடுப்பு எடுத்துக் கொண்டோம். தேர்வான இசைக்குழுக்களின் பட்டியலை ராகவன், சந்திரபாபுவுக்கு மின்னஞ்சல் அனுப்பியிருந்தான். சந்திரபாபு பதில் அனுப்பியிருந்தார். ஐந்து குழுக்களில் ஒரு குழுவை நீக்கிவிட்டு, தான் குறிப்பிடும் ஓர் இசைக்குழுவை அந்தப் பட்டியலில் சேர்க்கச் சொல்லியிருந்தார்.

“என்ன கருமம் டா இது? ஆடிஷன்கே வராத ஒரு குழுவ எப்படிடா நிகழ்ச்சிக்குள்ள கொண்டு வர முடியும்? ஒரு லாஜிக்கே இல்லாம பேசறாங்க!” – பீப் செய்யவேண்டிய கெட்டவார்த்தைகளோடு மானசா தலையில் அடித்துக் கொண்டாள்.

“நாம ஷூட்டிங் ஸ்பாட்ல செஞ்சதுக்கும், இதுக்கும் பெரிய வித்தியாசம் இல்லையே. இரண்டுமே பொய்தான்!” நிலா சுந்தரத்துக்கு பேய் இறங்கவில்லை!

“ஒன்ன சாவடிக்க போறண்டா நாயே! ஒரு ஷோ நல்லா வரணும்னு அவனவன் என்னன்னு தில்லாலங்கடி செய்யறானுங்கனு உனக்கு ஒரு மண்ணும் தெரியாது. அதையெல்லாம் பாக்கும்போது ஜட்ஜஸ்க்கு நாம இன்புட்ஸ் கொடுத்தது ஒரு கடுகுக்குச் சமம். உண்மை – பொய் இந்த இரண்டு நிலைக்கும் நடுவுல உண்மை போன்றதுனு ஒரு நிலை இருக்கு. அத நீ புரிஞ்சுக்கணும்!” – ராகவன் தன் கண்ணாடிக்கு வெளியே கோபப்பட்டான்.

பட்டியலில் சேர்க்கச்சொல்லி சந்திரபாபு குறிப்பிட்ட அந்த இசைக்குழுதான்...

Grilled Chickens.

20

“டேய் முந்திரிக்கொட்டைகளா! இதுவரைக்கும் என்ன கிழிச்சிருக்கீங்கனு காட்டுங்க. அத பாத்துட்டு நீங்க வேறென்ன கிழிக்கணும்னு சொல்றேன்!” சுந்தரம் பிள்ளை ஆங்கிலத்தில் அனுப்பிய ஒருபக்க மின்னஞ்சலை மேலும் கீழும் வாசித்தபோது அதை மேற்கண்ட இரண்டே வரிகளில் என்னால் மொழிபெயர்க்க முடிந்தது. நம் பயணத்தில் நீண்ட நேரமாக காணாமல் போன சுந்தரம் பிள்ளை ஒரு சுனாமியாக ரிட்டர்ன் ஆகிறார். ஒரு சோடா சுனாமியான கதை நிறைய பேருக்குத் தெரியாது. எங்கள் நிகழ்ச்சிக்குத் தலைமை தாங்கும் ராகவன் அதை தெரிந்துகொள்வது அவசியம்.

நானும் அவனும் அசோக்நகரில் உள்ள சப்வே உணவகத்தில் சந்தித்தபோது எனக்குத் தெரிந்த கருப்பு வெள்ளைக் காட்சிகளை ஓட்டினேன்.

சுந்தரம் பிள்ளை, மாடப்புறா தொலைக்காட்சியில் இணைவதற்கு முன் தூர்தர்ஷனில் பணியாற்றியவர். வயலும் வாழ்வும் நிகழ்ச்சியின் தயாரிப்புக் குழுவில் பங்கு வகித்தவர். உடல்நலமின்மைக் காரணமாக பல வருடங்கள் அவர் விடுப்பில் இருந்தார்.

இந்த இடைபட்டக் காலத்தில், அதாவது 1990களில் தனியார் தொலைக்காட்சிகள் தலையெடுக்கத் தொடங்கின. மாடப்புறா தொலைக்காட்சியின் உரிமையாளர் ஒருவரின் நண்பர் என்ற பெயரில் சுந்தரம் பிள்ளை இங்கே தயாரிப்பாளராகச் சேர்ந்தார். மெல்ல மெல்ல சீனியர் தயாரிப்பாளராகி இப்போது தலைமைப் பொறுப்பாளராகிவிட்டார். தூர்தர்ஷன் முகாமில் இருந்து தனியார் தொலைக்காட்சிகளுக்கு வந்தவர்கள் சிலர்தான். பெரும்பாலானவர்கள் பிரகாசிக்கவில்லை. டெஸ்ட் மேட்ச் ஆடிக்கொண்டிருந்தவர்கள் திடீரென ஐ.பி.எல். ஆடவந்தால் சிரமம்தான். கிரிக்கெட் ஆடும்போது, நடனம் ஆடுவதை ஏற்றுக்கொள்ள முடியாதுதான்.

நான் விவரித்துக்கொண்டிருந்த அந்தத் தருணம் ராகவனின் கையில்; ‘வைட் பிரட்’டில், சீஸ் இல்லாத, மயோ தடவாத, சிக்கனோ மட்டனோ இல்லாத வெறும் காய்கறிகள் மட்டுமே நிறைந்த ‘சப்’ காத்துக்கொண்டிருந்தது. அதற்கு நேர்மாறாக ‘மல்டி கிரைன் பிரட்’டில், சிக்கன் நிறைந்த, எக்ஸ்ட்ரா சீஸ் தடவிய, மயோனைஸில் குளித்த சப் என் கைகளில் கனத்தது. இரண்டு ‘சப்’பிற்கும் இருக்கும் தூரம்தான் இசைத்தளபதிகளுக்கும் சுந்தரம் பிள்ளைக்கும் இருக்கும் தூரமோ என்ற ஒரு கற்பனை ராகவனின் கண்களில் உருவானது. அதை வளரவிடாமல் நிறுத்தினேன்.

“உன் க்ரியேட்டிவ் மூள யோசிக்கறது எனக்குப் புரியுது. ஆனா, இந்த ஸ்டோரில ஒரு டண்டணக்கா திருப்பம் இருக்கு.”

மாடப்புறா தொலைக்காட்சியில் சுந்தரம் பிள்ளை தயாரிப்பாளராக சேர்ந்த புதிதில் தூர்தர்ஷனில் அவர் எந்த பாணியில் நிகழ்ச்சிகள் தயாரித்தாரோ அதே வழியைப் பின்பற்றினார். மேக்அப் மேனைக்கூட அங்கிருந்தே வரவழைத்தார். நிகழ்ச்சிகளுக்கு அவர் வைத்த தலைப்புகள்கூட அரசாங்க திட்டங்களுக்கு வைக்கிற தலைப்புகள்போலவே இருந்தன. ஏதோ ஒரு பத்திரிகையில் இரண்டு சேனல்களின் காட்சித்திரைகளையும் அருகருகே வரைந்து ஆறு வித்தியாசங்கள் கண்டுபிடிக்கச்சொல்லி போட்டியெல்லாம் நடந்திருக்கிறது. பன்றிக்காய்ச்சல் வந்ததுபோலப் படுத்துவிட்டது டி.ஆர்.பி.

“யோவ்! நீ புடுங்கன புடுங்கு போதும். முதல்ல இந்த இடத்தவிட்டுக் கிளம்பு. உனக்கு இதெல்லாம் சரிப்பட்டு வராது. போய் வயலும் வாழ்வும் பண்ணு போ” – நிர்வாகம்

பொங்கிவிட்டது. சேனலைச் சேர்ந்த அனைவருமே 'சுந்தர காண்டம் முடிந்தது' என்று நினைத்தபோது ஒரு வார விடுப்புக்குப் பின் புதிய மனிதராகத் திரும்பினார் பிள்ளை. நிர்வாகத்தின் வார்த்தைகள் அவர் ஈகோவை பதம் பார்த்து விட்டன.

"நீங்க என்ன ரொம்ப தப்பா நினைச்சடீங்க. இந்த நாள் உங்க செல்போன் கேலண்டர்ல நோட் பண்ணி வச்சுக்குங்க. இன்னில இருந்து ஒரு வருஷத்துல மாடப்புறாவோட டி.ஆர்.பி., டெலிவிஷன் மீடியாவையே அலற வைக்கல என் பேரு" – ஒரு சூப்பர் ஸ்டார் சவாலோடு தன் இரண்டாவது இன்னிங்க்ஸைத் தொடங்கினார். இதில் சிக்கல் என்னவென்றால், அவர் ஒரு பைபோலார் ஜீவன். நிகழ்ச்சிகளை நவீனமாக மாற்றுவதாகச் சொல்லி, நியாயம், நாகரிகம் எல்லாவற்றையும் தூக்கியெறிந்தார். ஆங்கில நிகழ்ச்சிகளை ஆடைக்குறைப்பு மாறாமல் தமிழில் தயாரித்தார். நல்ல தமிழ் பேசுகிறவர்களை எந்தவித முன் அறி விப்புமின்றி பணிநீக்கம் செய்தார். சிரிப்பே வராத நகைச்சுவை நிகழ்ச்சிகளில், சிரிப்பு சத்தத்தையும் கிளாப்ஸ் சத்தத்தையும் வாரி இறைத்தார். சினிமாவில் நடித்த, நடித்துக்கொண்டிருக்கும், நடிக்கப்போகும், நடிக்காமல்போகப்போகும் எல்லாரையும் பேட்டியெடுத்தார்.

இந்த அரக்கத்தனமான மாற்றம் பலன் தராமல் இல்லை. வேறு பல தொலைக்காட்சிகள் மாடப்புறாவை காப்பி அடிக்குமளவுக்கு முன்னேறிவிட்டோம். அவரும் நிலை உயர்ந்துவிட்டார். நிர்வாகம் அவருக்குச் சாதாரண பிஸ்கெட் போடுவதை நிறுத்திவிட்டு தங்க பிஸ்கெட் போட்டது. ஆனால், அவரின் கழுத்துச் சங்கிலியை முழுக்கத் தளர்த்தவில்லை.

"ஆக, ராகவா அவர் கிட்ட பேசும்போதும், நம்ம ஷூட் பண்ணத அவருக்குக் காட்டும்போதும் அவர் நமக்கு விதவிதமான ஃபீட்பேக் கொடுக்கலாம். அதுக்கு ரெடியா இருந்துக்கோ. எதுக்கும் தயாரா இருக்கிறதுதான் ஒரு தயாரிப்பாளரோட முதல் தகுதி."

மீண்டும் அலுவலகத்துக்கு வந்தபோது, அதுவரை நாங்கள் தயாரித்து வைத்திருந்த இசைக்குழுக்களின் வரலாறு, ஐந்து இசைக்குழுக்களின் கதைகள் என்று மொத்தம் நான்கு வாரத்துக்குரிய நிகழ்ச்சிகளையும் ஒரு டி.வி.டி.யில் ஏற்றினோம். அவசரமாக கேட்டதனால் சவுண்ட் எஃபெக்ட்ஸ் எதுவும்

சேர்க்கவில்லை. ராகவனும் மானசாவும் அதை சுந்தரம் பிள்ளையிடம் கொடுக்க, அவருடைய அறை வாசலில் காத்துக்கொண்டிருந்தனர். நீண்ட நேரம் அவர் வராததால் அவர் மேஜையில் வைத்துவிட்டு 'For Feedback' என்ற குறிப்புத்தாளையும் எழுதிவிட்டுத் திரும்பினர்.

ஏற்பு-புறக்கணிப்பு இரண்டையும் விட காத்திருப்புதான் பாதிப்பு. அதுவும் முடிவுக்காக காத்திருக்கிறோம் என்ற செய்தி பரவியதும் எங்கள் இருப்பிடங்களுக்கு வந்து 'வாழ்க்கையில் வெல்வது எப்படி' என்று தன்னம்பிக்கைக் கட்டுரைகளை வாசிப்பதற்கு சில மனோ நிபுணத்துவ குழுக்கள் புறப்பட்டன. அவர்களிடமிருந்து தப்பித்து வருவது பெரும்பாடு. அவர்களைத் தாண்டி டீக்கடைக்கு வந்தால், அங்கு தாடி வளர்த்த சிலர், தாங்கள் கொடுத்த டி.வி.டி. ரிஜெக்ட் ஆன கதைகளை விவரமாகச் சொல்லி, "ஓங்க மனசுக்கு அப்படி நடக்காதுப்பா" என வழியனுப்பி வைத்தார்கள்.

"டேய் டெரன்ஸ், ஒரு டி.வி.டி. பின்னாடி இவ்வளவு எமோஷன் இருக்கா?" – நிலா சுந்தரத்துக்கு நிலை புரியவில்லை.

"இந்த ஷோவ நம்மாள பண்ணமுடியுமா முடியாதானு முடிவெடுக்கிற கட்டம் இது. இதோட Worst case scenarioல இந்த ஷோவ வேற ஒரு டீமுக்குக் கொடுத்து, உங்கள வேலைய விட்டும் தூக்கிருவாங்க. worst case" – என் வார்த்தைகள் என்னையே பயமுறுத்தின.

"அது என்ன உங்கள? நீ மட்டும் என்ன மாடப்புறா டி.வி.யோட பிதாமகனா?" – மானசாவுக்குப் பொறாமை.

"எனக்கு ஏற்கெனவே ஷோ இருக்கு இதெல்லாம் அடிஷனல் தான்" – இரண்டாம் சட்டையின் காலரைத் தூக்கிவிட்டுக் கொண்டேன்.

ஆயிரத்து ஓராம் முறையாக தேநீர்க் கடையில் இருந்து அலுவலகத்துக்குத் திரும்பினோம். மற்ற நான்கு பேருக்கும் கரடுமுரடான கற்பனைகளைக் கொடுத்துவிட்டு பெனாசிரின் ரோஜா நிழலில் பாதுகாப்பாக நடந்தேன்.

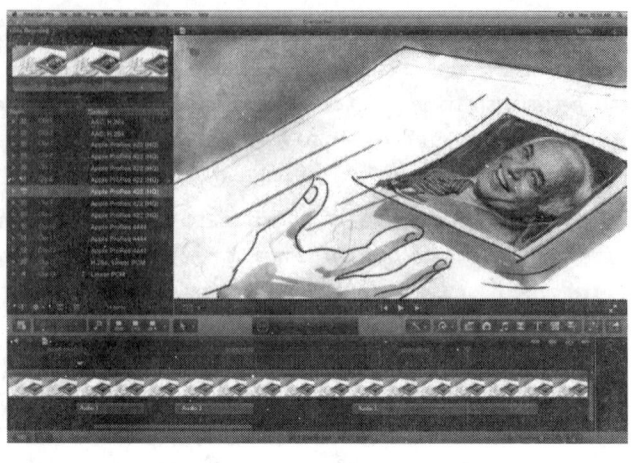

21

அன்று, பெனாசிரின் அழைப்புதான் என்னை எழுப்பியது. சுந்தரம் பிள்ளை, எங்கள் ஐந்து பேரையும் காலை 10:00 மணிக்குச் சந்திக்கவேண்டும் என மின்னஞ்சல் அனுப்பியிருந்தார். அதை அதிகாலையில் பார்த்துவிட்ட பெனாசிர், சக உறக்கங்களைத் தன் செல்பேசியால் சிதறடித்தாள்.

வழக்கமாக இரண்டு சட்டை அணியும் எனக்கு அன்று ஒரு சட்டை போதுமெனத் தோன்றியது.

அலுவலகத்தின் பார்க்கிங் ஏரியாவில் இருந்து என் படத்தொகுப்பு அறை வரை, “டேய் டெரன்ஸ், என்னடா இப்படிப் பண்ணீட்ட? சட்டைக்குச் சட்ட போடாம, இப்படி அம்மண சட்டையோட வந்துட்டயே டா”– இப்படி, பல்வேறு வருத்தங்கள்.

தமிழ் சினிமாவில், ஒரு கற்பழிப்புச் சம்பவத்தில் இருந்து தப்பித்து வந்த பெண்ணுக்கு, சூப்பர் ஹீரோ சட்டையைக் கழற்றிக் கொடுப்பதுபோல பலர் என்னைப் பார்த்தவுடன், “உன் மானத்த நான் காப்பாத்தறண்டா” என்று, தங்கள் பட்டன்களைக் கழற்றுவதுபோல பாவனை செய்தனர். தகவல் அறிந்த மானசா என் அறைக்கு ஓடி வந்தாள்.

"வாவ்! டெரன்ஸ், ஒரு சட்ட இங்க இருக்கு... இன்னொரு சட்ட எங்க?" - அவளும் விட்டுவைக்கவில்லை.

ஒரு கட்டத்தில் எனக்குச் சலிப்பு வந்துவிட்டது. டெலிபதியில் அதைப் புரிந்துகொண்டதுபோல ராகவன் உள்ளே நுழைந்தான்.

"ஏன் சும்மா அவனப்போட்டு ஓட்டிக்கிட்டு இருக்கீங்க. வந்த வேலையப் பாப்போமே" - அவன் சொல்லி முடிப்பதற்குள் பெனாசிர் வந்து சேர்ந்தாள்.

"ஹை! இப்படி ஒரு சட்ட... ஒல்லிக்குச்சியாவே இருடா. இதான் நல்லா இருக்கு!" - அவள் சொன்ன வார்த்தைகள் மட்டும் பைனரியாக மாறாமல், அதே ஒலிமொழி ஒழுக்கத்தோடு மெமரியில் பதிந்தன.

பத்து மணியாக இன்னும் ஒன்பது நிமிடங்களே இருந்தன. நிலா சுந்தரம் மட்டும் வரவில்லை. சுந்தரம் பிள்ளை தன் அறையில் அவுட்லுக் படித்துக்கொண்டிருந்தார். அதைக் கீழே வைத்துவிட்டு தன் கணிப்பொறியைத் துடைத்துக் கொண்டிருந்தார். மின்மினியை அழைத்து ஒரு முறுக்கு வாங்கிக்கொண்டு திருப்பி அனுப்பினார். அந்த ஒன்பது நிமிடங்களைக் கொல்வதற்கு அவர் பல முயற்சிகளைக் கையாண்டார்.

மணி 10:00. நிலா சுந்தரம் வரவில்லை. கொல்லப்பட்ட ஒன்பது நிமிடங்களுக்கு இறுதி ஊர்வலம் போவதுபோல மெல்ல நகர்ந்து அவர் அறைக்குள் புகுந்தோம். மென்சிரிப்போடு எங்களை வரவேற்றார்.

"சர், டெரன்ஸ் இன்னிக்கு ஒரு சட்டதான் போட்டிருக்கான்" - மானசாவின் அந்த அதிர்ச்சித் தொடக்கத்தை நான் எதிர் பார்க்கவில்லை.

தான் முடிக்க நினைத்த மென்சிரிப்பை மானசாவுக்காக மேலும் நீட்டிக்க முயற்சித்தார் பிள்ளை. அது அவருக்கு வரவில்லை. எல்லாரையும் அமரச்சொல்லிவிட்டு மேஜையில் இருந்த ஒரு குறிப்புத்தாளை கையில் எடுத்துக்கொண்டார். தேர்தல் முடிவுகளுக்காகக் காத்திருக்கும் மூன்றாவது அணியைப்போல அவருடைய முதல் வார்த்தைகளுக்காகக் காத்திருந்தோம்.

"உங்க எபிசோட் எல்லாமே பாத்துட்டேன். ரொம்ப உழச்சிருக்கீங்க. நல்லாவும் வந்திருக்கு. பெரிய திருத்தங்கள்

எதுவும் இல்ல. ட்ரீட்மென்ட்ல சில மாற்றங்கள் செய்ய வேண்டியிருக்கு. அது போகப்போக சரியாயிடும். ஒரு நல்ல டீம் வொர்க் தெரியுது."

பேசுவது அவர்தானா..? பேசப்படுவது எங்கள் நிகழ்ச்சி தானா..? டி.வி.டி. மாறிவிட்டதா?

"இந்த ஃபோட்டோ பாத்திருக்கீங்களா?"

அவர் மேஜை மேல் வீசிய புகைப்படத்தை எட்டிப் பார்த்தோம்.

"ஜவஹர்லால் நேருவுக்கும், நம்ம ஷோவுக்கும் என்ன சர் சம்மந்தம்?" – நான் கேள்வி கேட்டதும் அவர் நிமிர்ந்து உட்கார்ந்தார்.

"இது நேரு இல்லப்பா. இவர் பேரு Allen Funt. இன்னிக்கு நடக்கற ரியாலிட்டி ஷோவுக்கெல்லாம் மூலம் இவர்தான். இவர Grandfather of reality televisionனு சொல்லுவாங்க."

நிகழ்ச்சியைத் தயாரிக்கும் தயாரிப்பாளர்கள் சில அடிப்படைத் தகவல்களைத் தெரிந்துவைத்திருக்கவேண்டும் என்பது சுந்தரம் பிள்ளையின் விருப்பம். ஆனால், 'இசைத்தளபதிகளின் இரண்டாம் கட்டப் படப்பிடிப்பு திட்டமிடப்பட்டிருக்கும் தருணத்தில், இவர் ஏன மீண்டும் முதலில் இருந்து தொடங்குகிறார்' என்று ஒருவரையொருவர் பார்த்துக்கொண்டோம்.

"ரியாலிட்டி ஷோ சமீபத்துல வந்த ஒரு இழவுனு நிறைய பேர் விவரம் தெரியாம சொல்லுவாங்க. இந்தியா சுதந்திரம் வாங்கின அதே வருஷத்துல அமெரிக்கால CBS ரேடியோல ஒலிபரப்பான Candid Microphoneதான் உலகத்தின் முதல் ரியாலிட்டி கண்டென்ட். அமெரிக்கக் குடிமகனான Allen funtதான் இந்த நிகழ்ச்சியோட தயாரிப்பாளர்" என்று வரலாறு வலைவிரித்தார்.

Candid Microphone என்ற வானொலி நிகழ்ச்சி, 1950களில் Candid Camera என்ற பெயரில் தொலைக்காட்சி நிகழ்ச்சியாக தயாரிக்கப் பட்டு அமெரிக்காவின் ABC மற்றும் NBC தொலைக் காட்சிகளில் ஒளிபரப்பானது. கேமிராவை மறைவான இடத்தில் வைத்துவிட்டு சாதாரண மக்களின் அன்றாட சுவாரசியங்களைப் படம் பிடிப்பதே நிகழ்ச்சியின் நோக்கம். ஒரு தொகுப்பாளர் களத்தில் புகுந்து விசித்திரமாக நடந்துகொள்வதும், அதைப் பார்க்கும் பொதுமக்களின் விசேஷ ரியாக்‌ஷனையும் படம் பிடிப்பதே நோக்கம்.

முழுக்க முழுக்க நகைச்சுவை அடிப்படையில் தயாரிக்கப்பட்ட நிகழ்ச்சி இது.

அமெரிக்க அதிபராக இருந்த ஹேரி ட்ரூமேன், வீதியில் போகிறவர்களிடம், 'மணியென்ன?' என்று கேட்கும்போது, அதை வேடிக்கை பார்க்கும் பொதுமக்களின் வினோத முகபாவங்கள் மிகப் பிரபலம். 50களில் தொடங்கிய இந்த நிகழ்ச்சியின் ஒளிபரப்பு 2004ஆம் ஆண்டு வரை தொடர்ந்திருக்கிறது.

1960களில் இங்கிலாந்திலும் அமெரிக்காவிலும் குடும்பங்களில் அன்றாட நிகழ்வுகளை படம்பிடித்து நிகழ்ச்சியாக்கும் பைத்தியம் பிடித்தது. The American Family என்ற நிகழ்ச்சியை ஒரு தொடக்கம் எனலாம்.

1970களில் காவல்துறையின் நடவடிக்கைகளை நோக்கி ரியாலிட்டி கேமிரா திரும்பியது. அதுவரை நகைச்சுவையை மட்டுமே மையப்படுத்திய ரியாலிட்டி தயாரிப்பாளர்கள் கொலை, கொள்ளை, விசாரணை என இன்னொரு மைதானத்தில் விளையாடத்தொடங்கினார்கள். பல மணிநேரம் படம் பிடிப்பதை எடிட்டிங் செய்வதுதான் பெரிய தலைவலியாக இருந்தது. 1980களில் கண்டறியப்பட்ட புதிய படத்தொகுப்பு தொழில்நுட்பங்கள் இந்தப் பணியையும் எளிமையாக்கின.

1990களில்தான் ரியாலிட்டி வட்டத்துக்குள் இசைக்கு முக்கியத்துவம் கொடுக்க வேண்டும் என்ற எண்ணம் பிறந்தது. Pop Idol என்ற talent reality நிகழ்ச்சி உருவாக்கிய பாட்டுப்போட்டி மேடையும், நாட்டாமை நடுவர்களும், ஆரவாரப் பார்வையாளர்களும் இன்று உலகம் முழுக்க கடைப்பிடிக்கப்படும் வடிவமாகிவிட்டது.

இந்த நிகழ்ச்சியைத் தயாரித்த Freemantle Media என்ற தயாரிப்பு நிறுவனம் நரசிம்மராவின் புதிய பொருளாதாரக் கொள்கையின் உதவியோடும் தனியார் தொலைக்காட்சிகளின் விஸ்வரூப வளர்ச்சியை பயன்படுத்தியும் 2004ஆம் ஆண்டின் தொடக்கத்தில் Pop Idol என்ற தங்கள் நிகழ்ச்சியின் இந்தியப் பிரதியான Indian Idolஐ தயாரித்து அரங்கேற்றியது. தனி நிறுவனமாக இல்லாமல் பல துணைத் தயாரிப்பு நிறுவனங்களின் உதவியோடு இதைச் செய்தது. தயாரிப்பு அவ்வப்போது கைமாறினாலும் Idol நிகழ்ச்சி வடிவத்தின் உரிமை அவர்களுடையதே. Indian Idol நிகழ்ச்சி வந்த அதே வழியில் India's got talent நிகழ்ச்சியும் வந்தது.

வட இந்திய ஊடகங்கள் உள்வாங்கிய வெளிநாட்டு நிகழ்ச்சி வடிவங்கள் விற்பனை மாறி ஒப்பனை மாறி சப்த ஸ்வரங்கள், சூப்பர் சிங்கர், மானாட மயிலாட, தமிழகத்தின் சேம்பியன் என்று தமிழ் தொலைக்காட்சிகளிலும் பிரதிபலிக்கத் தொடங்கின.

அவரை அங்கே நிறுத்தத் தோன்றியது. ஆனால், அவரே நிறுத்தி விட்டார். அருகில் இருந்த ஒரு கோப்பை தண்ணீரை அவர் தூக்கிக் குடித்தபோது எழுந்த அந்த நிதானமாக 'மடக்' ஓசை, மிகப்பழைய ஒரு ரயில் நடைமேடைக்கு வந்து நிற்கின்ற உணர்வைக் கொடுத்தது.

ஒரு பாசமிகு தாத்தாவைப்போல் எங்கள் நான்கு பேரையும் அமரவைத்து கதை சொல்லிக்கொண்டிருந்த அவரிடம் 'இதற்கும் நிகழ்ச்சிக்கும் என்ன தொடர்பு?' என்று கேட்க விரும்பவில்லை. சொல்லப்போனால் நானும் ராகவனும் அந்தக் கதையில் ஒன்றிவிட்டோம். மானசாவும் பெனாசிரும் கொட்டாவி விட்டார்கள்.

"ராகவா, இதையெல்லாம் நான் ஏன் சொல்றேன் தெரியுமா? இசைக்குழுக்களின் வரலாறுனு ரெண்டு எபிஸோட் பாத்தேன். அதுல, ரியாலிட்டி ஷோ பத்தி தகவல்கள் இருந்தா நல்லா இருக்கும்னு தோணுச்சு. இப்ப வேணாம். அடுத்த சீசன்ல பாத்துக்கலாம்."

"கண்டிப்பா செய்யலாம் சர். ஆனா, எனக்கு ஒரு சந்தேகம். வருத்தம்னுகூட வச்சுக்கலாம்" – ராகவன் அவர் மேஜையை நெருங்கினான்.

"சொல்லு தம்பி..."

"எல்லாமே அமெரிக்கா, இங்கிலாந்துனு சொன்னீங்க. எந்த நிகழ்ச்சிக்கும் இந்தியால வேர் கிடையாதா? இதுல நாட்டுப்பற்று, ஜெய்ஹிந்த் அதெல்லாம் எதுவுமில்ல... சும்மா தெரிஞ்சக்கலாம்னு கேட்டேன்" – ராகவனின் அதே கேள்வியைத் தானும் கேட்க விரும்பியதாக பெனாசிர் ஆர்வமானாள்.

"அப்படித்தான் தம்பி, ஆனா தெச வேற. இதையெல்லாம் விட magical reality, super realityனு நம்ம கலாசாரத்துலயே ஏகப்பட்டது இருக்கு. சரி, இப்படித் தொடங்குவோம் ரியாலிட்டி ஷோவோட கூறுகள் என்ன?"

ஒரு மாறுதலுக்காக அந்த அறை முழுவதும் மௌனம். எதையோ சொல்ல வருவதுபோல எவ்வளவு நேரம்தான்

நடிக்க முடியும்? நான்கு பேருக்கும் இருந்த கேள்வியை மானசா கேட்டுவிட்டாள்.

“சர்... கூறுகள்னா என்ன சர்?”

ஐம்பது வயது மனிதர்களுக்கே உரிய, ‘அட மண்டுகளா’ சிரிப்பை சுந்தரம்பிள்ளை அடக்கமாகச் சிரித்தார்.

“What are the basic units or features of a reality show?”

அது இரண்டு மதிப்பெண் வினாபோலத் தெரியவில்லை. பன்னிரண்டு மதிப்பெண்களுக்கு அவர் விடை எதிர்பார்ப்பது புரிந்தது. எல்லாரும் நாங்கள் படித்த பழைய புத்தகங்களை மனதுக்குள் புரட்டினோம்.

“சாதாரண மக்களுடைய இயல்பான நிகழ்வுகள் சர்” – ராகவன் தொடங்கிவைத்தான்.

“Unscriptedஆ இருக்கணும் சர்” – நான்.

“ஷோ பாக்கற ஆடியன்ஸ எதாவது ஒரு விதத்துல பங்கு பெற வைக்கணும்” – மானசா.

“சாதாரண மக்களுக்கு நட்சத்திர அந்தஸ்து ஏற்படுத்திக் கொடுக்கணும்” – பெனாசிர்.

“பொய் சொல்லக்கூடாது சர்” – மீண்டும் நான்.

அவ்வளவுதானா என்பதுபோல் பார்த்துவிட்டு தன் அறையின் ஒரு மூலையைச் சுட்டிக்காட்டினார். அங்கே அலுலகத்தின் அனைத்துக் கண்ணாடிகளையும் உடைக்கும் வல்லமை கொண்ட கனமான தமிழ்ப் புத்தகங்கள் இருந்தன.

“இதையெல்லாம் நீங்க படிக்கணும். ஆனா, படிக்கறதால மட்டும் அறிவு வளராது. உங்க குடும்பத்தோட மூத்த உறுப்பினர்கள்கிட்ட நீங்க அடிக்கடி பேசணும்.”

அவர் வீட்டில் யாரும் அவரிடம் பேசுவதில்லை என்பதைப் புரிந்துகொண்டோம்.

“நீங்க நிறைய விஷயம் சொன்னீங்க. எல்லாமே கரெக்ட். ஆனா, அதையெல்லாம் தாண்டி நிகழ்ச்சில ஒரு வாழ்க்க இருக்கணும். அது முக்கியம். இந்த இடத்துலதான் நம்ம பண்பாட்டுக்கும் ரியாலிட்டி ஷோவுக்குமான தொடர்ப நான் பாக்கறேன்.”

மானசாவும் பெனாசிரும் இரண்டாம் தூக்கத்துக்கு தயாராகிவிட்டார்கள். எல்லாருக்கும் சேர்த்து ராகவன் காது விரித்தான். எனக்கும் அது ஒரு வித்தியாசமான அனுபவமாக இருந்தது.

சங்கரதாஸ் சுவாமிகளின் காலத்துக்கு முன்பு வரை unscripted வடிவமாகத்தான் நாடகங்கள் இருந்திருக்கின்றன. யாரும் வசனத்துக்காகவோ காட்சிகளுக்காகவோ மெனக்கெட வில்லை. அன்றாட மக்களின் இயல்பான வாழ்க்கையை அந்தக் கலைகள் ஒழுங்கீனம் மாறாமல் பிரதிபலித்தன.

இன்னொரு பக்கத்தில், புராண, இதிகாச நாடகங்களுக்கு பெரும் வரவேற்பு இருந்தன. ஒருவாரம் பத்துநாட்கள் ஒருமாதமென தொடர்ச்சியாக இவை நடைபெறும். நடிகர்கள் மட்டுமின்றி ஒரு நாடகத்தில் ஒரு கிராமமே பங்குபெறும் magical reality நம் பண்பாட்டில் உண்டு. பொது ஜனங்களுக்கு அது புராண அந்தஸ்த்தைக் கொடுத்தது. சமூகத்தைத் தழுவியணைத்துச் செல்லும் நிகழ்வுகள் நமக்கு புதிதல்ல. ஆனால் தொழில்நுட்பத்தில் நாம் பின்தங்கிப் போனதால் எல்லாவற்றிலும் மற்றவர்களைப் பின்பற்றுவது போன்ற பிம்பத்திற்குள் விழுந்துவிட்டோம்.

சுந்தரம் பிள்ளையின் இரண்டுமணி நேர பிரசங்கத்தை இதற்கு மேல் என்னால் சுருக்க முடியவில்லை.

“சர், ஷோல எதாவது மாற்றங்கள்?” – ராகவன் இண்டி கேட்டர் போட்டுத் திரும்ப முயற்சித்தான்.

அந்த இண்டிகேட்டர் வெளிச்சத்தை விரும்பாதவர்போல அருகில் இருந்த அழுக்குத்துணியை எடுத்து தன் நாற்காலியைத் துடைக்கத் தொடங்கினார் பிள்ளை.

“எதுவுமில்ல தம்பி. எல்லாம் நல்லா. இருக்கு keep me posted.”

இரண்டாம் கட்டப் படப்பிடிப்புக்கான மேடை அமைப்பு டிஸைனை தன் ஐபேட் திறந்து காட்டினான், ராகவன்.

“இது நல்லா இருக்கா சர்?”

“அப்படித்தான் தம்பி. ஆனா, தெச வேற. நம்ம கலாசாரத்தில மேடை என்ற அமைப்பே கிடையாது. சமதளத்தில் பொதுமக்களுக்கு நெருக்கமாகத்தான் நிகழ்ச்சிகள் நடத்தினாங்க. மேற்கத்திய கலாசாரம்தான் மேடை அமச்சு

மெய்நிகரி

நடிகர்களையும் மக்களையும் பிரிச்சிருச்சு" என்று, இன்னொரு வரலாற்றுத் துணுக்கோடு அதை ஓ.கே. செய்தார்.

"நான் நிறைய கனவுகள் கண்டேன் தம்பி. எதுவும் பலிக்கல. ஆனா, என்ன முழுக்கவும் மாத்திக்கல. பழைய பிள்ளை இன்னும் உயிரோடதான் இருக்கான். உங்கள மாதிரி இளைஞர்களின் துணையோட பயனுள்ள நிகழ்ச்சிகள தயாரிக்க முடியும்னு நினைக்கிறேன். அதுக்கும் காலம் வரும்!"

ஒரு ஃபலூடா மனநிலையோடு அவரது அறையைவிட்டு வெளியேறினோம். என் படத்தொகுப்பு அறைக்குச் செல்வதற்குப் பதிலாக அருகில் இருந்த அறையின் கதவைத் திறந்துவிட்டேன். அங்கே, உத்தமனும் ராகினியும் குலாவிக்கொண்டிருந்தார்கள்.

அந்தத் தடுமாற்றத்தைத் தூரத்தில் இருந்து பார்த்துக் கொண்டிருந்த மானசா,

"அப்படித்தான் தம்பி. ஆனா, தெச வேற!" என்று சொல்லி விட்டு மறைந்தாள்.

என் அறையின் நாற்காலியில் நான் அமர்ந்ததும் பெனாசிர் ஓடிவந்து என்னைக் கட்டிப்பிடித்து, கன்னத்தில் முத்தமிட்டு பறந்துவிட்டாள். அந்த ஈரம் காய்வதற்குள் 'We are through on our way to hit the screens' எங்கள் தயாரிப்புக்குழுவின் whatsap groupல் ராகவனின் மெசேஜ் துள்ளி வந்து விழுந்தது.

22

ஒரு நிகழ்ச்சிக்கான படத்தொகுப்பு வேலைகள் நடக்கும்போது அருகில் நிகழ்ச்சியின் தயாரிப்பாளர் இருந்தால் வசதியாக இருக்கும். இசைத்தளபதிகளுக்கு நானும் ஒரு தயாரிப்பாளரைப் போல செயல்பட்டதால் எனக்கு யாரும் தேவைப்படவில்லை. ஆனால், எழிலரசன் எழுந்துபோன முதல்கட்டப் படப்பிடிப்பின் பத்து மணி நேர ஃபுட்டேஜை தனி ஆளாக எடிட் செய்தால் தலைவெடிக்கும் அபாயம் உள்ளதை அறிந்திருந்தேன். அதனால், அதற்கு எந்தவிதத்திலும் உதவமுடியாத பெனாசிரை மட்டும் அருகில் வைத்துக்கொண்டு வேலை செய்ய விரும்பினேன்.

நிகழ்ச்சியின் ஒளிபரப்புக்கு ஒரு வாரமே இருந்தநிலையில் பெனாசிர், நிலா சுந்தரத்தைப் பற்றி ஒரு தகவல் சொன்னாள். அவன், சினிமா இயக்குநர் தர்மேந்திராவின் அலுவலகத்தில் பகுதிநேர துணை இயக்குநராகச் சேர்ந்திருக்கிறான். அதனால்தான் சில நாட்களாக இசைத்தளபதிகளில் முழுமையாக கவனம் செலுத்தவில்லை. யாருமே இல்லாத அறையிலும் ஒரு ரகசியத்துக்கான மரியாதையோடு அந்த வார்த்தைகளை உச்சரித்தாள்.

மெய்நிகரி

அது உண்மையா என்று தெரியவில்லை. அப்படி உண்மை என்றாலும் அது இயல்புதான் என நினைத்தேன். பொழுதுபோக்கு தொலைக்காட்சியில் பணியாற்றுகிறவர்களுக்கு இருக்கிற பரவலான வேட்கைதான் இது. தொலைக்காட்சி வட்டாரத்தில் மெகா தொடர் நடிகர்களையும் தொகுப்பாளர்களையும் தவிர, மற்றவர்களின் முகமோ உழைப்போ வெளியில் தெரிவதில்லை.

பாடலாசிரியர் ஆவதுதான் கவிஞர்களின் உருப்படுதல் என்ற சக்தி வாய்ந்த மூடநம்பிக்கையைப்போல சினிமாவில் இயக்குநர்களாவதுதான் புகழின் உச்சம் என்று நம்புகிற தொலைக்காட்சித் தயாரிப்பாளர்கள் பலர் உண்டு. பெரும்பாலான தயாரிப்பாளர்கள் ஒரு முழுநீளக் கதையை மூடிவைத்திருக்கிறார்கள். சின்னத்திரையின் இருபத்து நான்கு மணிநேர பணிச்சுமைக்கு வெளியே வெள்ளித்திரையின் வெளிச்சத்தைத் தேடிக்கொண்டுதான் இருக்கிறார்கள்.

ஒரு சினிமா இயக்குநருக்கும் தொலைக்காட்சியின் ப்ரைம் டைம் நிகழ்ச்சி தயாரிப்பாளருக்கும் பணிநிலையில் மிகப்பெரிய வேறுபாடு இல்லை. ஆனால் 'ராஜா ராணி' என்ற படத்தை இயக்கிய அட்லியும் 'சூப்பர் சிங்கர்' என்ற நிகழ்ச்சியைத் தயாரித்து இயக்கும் ஒருவரும், ஒரு பொதுவிடத்தில் அருகருகே நடந்து சென்றால் அட்லிக்கு கிடைக்கிற கவனம் இன்னொருவருக்குக் கிடைக்க வாய்ப்பில்லை. அந்தக் கவனத்தை விரும்பாதவர்கள் பற்றிக் கவலையில்லை. ஆனால், தங்கள் உழைப்பு முழுவதும் ஒரு சேனல் லோகோவில் கரைந்துபோவதை எல்லாராலும் ஏற்றுக்கொள்ள முடியாது. அதுவும் சின்னத்திரையின் பெரும்பாலான நிகழ்ச்சிகளில் சினிமாத்துறையைச் சார்ந்தவர்கள்தான் நடுவர்களாகவும் விருந்தினர்களாகவும் வருகிறார்கள். படப்பிடிப்பில் அவர்களுக்கான நாற்காலிகளை சரிசெய்யும்போது சுய நாற்காலி பற்றிய கேள்வி பிறக்கிறது. எனக்கும் பௌனாசிருக்கும் பெரும் விவாதம் நடந்தது.

“டேய் இத என்னால ஒத்துக்கவே முடியாது. கவர்ன்மென்ட் ஆஃபிஸ்ல வேல செய்யற எல்லாரும் அவங்களோட பேர் வெளிய தெரியணும்னா நினைக்கறாங்க? விவசாயிங்க ஒவ்வொரு அரிசிலயும் அவங்க பேர் எழுதவா சொல்றாங்க? இதெல்லாம் தேவையில்லாத பிடிவாதம் டெரன்ஸ். டெலிவிஷனவிட ஒரு பாதுகாப்பான சூழல் இருக்குமா என்ன ? உனக்கும் எதாவது சினிமா ஆச இருக்காடா..? இப்பவே சொல்லீடு!”

“பௌனாசிர், நம்ம வாழ்க்கையோட அடிப்படைத் தேவைகள பூர்த்தி செய்யறத்துக்காக நாம பாக்கற வேலைக்கும் நம்ம உடம்புல இருக்கிற ஒவ்வொரு அணுவும் பரவசப்படற

மாதிரி நாம செய்யற வேலைக்கும் வித்தியாசம் இருக்கு. முதல் வகைக்கு முகமோ புகழோ தேவையில்ல. அமைப்பு வழி வரவேண்டிய அங்கீகாரம் வந்தா போதும். அதாவது நியாயவிலை, கடன் தள்ளுபடி, சம்பளம், அப்ரெய்சல், போனஸ், பென்ஷன் அதுபோதும். ஆனா, இரண்டாம் வகைக்கு அதுமட்டும் பத்தாது. இது அமைப்புன்ற வட்டத்தத் தாண்டி ஆன்மாவோட சம்பந்தப்பட்டது. கொண்டாடப்படுவதும் உரிமைகொண்டாடுவதும் இங்க முக்கியம்.

பாரதியார் தன் கவிதைய இன்னொருத்தர்கிட்ட வாசிச்சுக் காட்டும்போது சரியான ரியாக்ஷன் வர்லனா இன்னொருமுற சத்தம்போட்டுப் படிப்பாராம். அப்பவும் எதுவும் ரியாக்ஷன் இல்லனா எதிராளிய பளார்னு அறஞ்சிட்டுப் போவாராம். அந்த அடாவடித்தனம் ஒரு அழகான ஏரியா. உனக்கெல்லாம் புரியாது!"

அதுவரை கணிப்பொறியில் பதிந்தது போக, மீதிப் பார்வையில் மட்டும் வாதம் செய்துகொண்டிருந்த நான், அந்த விவாதத்துக்கு என்னை முழுக்க அர்ப்பணிக்க முடிவுசெய்து அவள் முகத்துக்கு நேராகத் திரும்பி அமர்ந்தபோது கதவைத் திறந்தான், நிலா சுந்தரம்.

"நீ ஏன் இரண்டு சட்ட போடறன்னு இன்னிக்குத்தாண்டா தெரிஞ்சுகிட்டேன்" – ஒரு சி.பி.ஐ சிரிப்போடு தொடங்கினான்.

"வழக்கம்போல நீ ஏதோ ஒரு தப்பான முடிவுக்கு வந்திருக்க. அது இருக்கட்டும். உன்னப் பத்தி நாங்க ஒரு தப்பான முடிவுக்கு வந்திருக்கோம். நீ தர்மேந்திராகிட்ட அசிஸ்டென்ட் டைரக்டரா சேந்திருக்கயாமே?" வெளிப்படையாகக் கேட்டுவிட்டேன்.

"கிளப்புறதுதான் கிளப்புறீங்க, ஒரு தரமான வதந்திய கிளப்புங்கடா... அது என்ன தர்மேந்திரா? ஷங்கர், மணிரத்னம், மிஷ்கின், பாலானு சொன்னீங்கனா உண்மை தெரியறவரைக்குமாவது சில பேர் என்ன புதுசா மதிப்பாங்கல்ல?"

"அப்ப அது உண்மை இல்லையா?" – ஒரு புரளி, தன் ப்ரோட்டீன் இழப்பதை பெனாசிரால் தாங்க முடியவில்லை.

நிலா சுந்தரத்தின் சித்தப்பா மாரடைப்பால் இறந்துவிட்டார். அந்த திடீர் சோகத்தால் அவன் பட்டுக்கோட்டைக்கு புறப்பட்டுவிட்டான். சந்திரபாபுவிடம் மட்டும் தகவல் சொல்லியிருக்கிறான். செல்பேசியை சென்னையிலேயே வைத்துவிட்டான். சந்திரபாபு மறந்துவிட்டார். செல்பேசி

செத்துவிட்டது. கூப்பிடும் தூரத்தில் இருப்பதை விட ஒருவன் தகவல் தொடர்பு எல்லைக்கு வெளியே போகும்போதுதான் இந்த உலகத்துக்கு மிகவும் சுவாரசியமாகிறான்.

எங்கள் எல்லைக்குட்பட்ட பகுதியில் இன்னொரு நபர் அறிமுகமானத் தருணம் அது. பெனாசிரின் சித்தி பர்வீன். அவரது மகன் யாசினுக்கு கோடை விடுமுறை என்பதால் இரண்டு நாட்கள் சென்னையில் தங்கி, பெனாசிரின் துணையோடு ஊர் சுற்றிப் பார்க்க வந்திருந்தார்கள்.

“டெரன்ஸ், எங்கக் குடும்பத்துல எங்க சித்தி சொன்னா எல்லாரும் கேப்பாங்க. நீ எப்படியாவது அவங்ககிட்ட நல்ல பேர் வாங்குடா... எதிர்காலத்துக்கு உதவும்” – பெனாசிர் அவ்வளவு கெஞ்சி நான் பார்த்ததில்லை.

“உங்க சித்திக்கு என்ன ரொம்பப் புடிச்சு, அவங்களே என்ன கல்யாணம் கட்டிக்கறதா சொன்னாங்கனா என்ன பண்றது?”

“வேற எதாவது ஜோக்குக்கு சிரிக்கும்போது, இதையும் ஓரமா நினச்சுக்கறேன். இப்ப சிரிப்பே வர்ல.”

“என்ன செய்யணும் சொல்லு?”

“அவங்க ரெண்டுநாள்தான் சென்னைல இருப்பாங்க. ஷோ இருக்கிற நிலைமைல நாம இரண்டு பேரும் இரண்டு நாளும் லீவ் போட்டா நல்லா இருக்காது. ஒரு நாள் நான் லீவ் போடறேன். ஒரு நாள் நீ போடு.”

“எதுக்கு லீவ் போடணும்?”

“அவங்களுக்கு இரண்டு விருப்பம். ஒண்ணு, சென்னைல இருக்கிற எல்லா ஷாப்பிங் மாலுக்கும் போகணும். இரண்டு, சென்னைல இருக்கிற எல்லா புடவைக் கடைக்கும் போகணும்.”

“இதுதான் அவங்க கடைசி ஆசையா?”

“லூசு... ஏன் அபசகுணமா பேசற?”

“இல்ல, இரண்டு நாள்ல இதத் தவிர வேற எதாவது ஆச இருக்கானு கேக்க வந்தேன்.”

“புடவைக் கடையா, ஷாப்பிங் மாலா? அதுக்கு மட்டும் பதில் சொல்லு?”

“எடிட் பண்ணும்போது கம்ப்யூட்டர் பல தடவ ‘ஹேங்’காகி, ரீஸ்டார்ட் ஆனாலும் என்னாலும் காத்திருக்க

முடியும். ஆனா, புடவை கடைல நீங்க ஒரு infinite loopல ரீஸ்டார்ட் ஆகறதையெல்லாம் என்னால பொறுத்துக்க முடியாதுடா சாமி!"

"ஓவரா பேசாதடா ஒல்லிக்குச்சி. ஷாப்பிங் மால் உன் பொறுப்பு. புடவைக் கடைகள நான் பாத்துக்கறேன். நான் சொல்ற ஒரு விஷயத்த மட்டும் வார்த்த மாறாம எங்க சித்தி கிட்ட சொல்லு, சரியா?"

"என்ன சொல்லணும்?"

"'நீங்க ப்ரெட் அல்வா செஞ்சு அத அடுப்பில இருந்து இறக்கறதுக்கு முன்னாடி ரெண்டு சொட்டு தேன் விடுவீங்களாமே... திருநெல்வேலியே தித்திச்சு போகும்னு கேள்விப்பட்டேன்'... இத அப்படியே சொல்லு."

"வாய்ப்பே கிடையாது. ரொம்ப சிரமமான வசனமா இருக்கு. கொஞ்சம் சுருக்கிக் கொடு."

"இதுக்கு மேல சுருக்க முடியாதுடா. இதையே மனப்பாடம் செஞ்சுக்கோ!"

குரோம்பேட்டையில் தன் தோழி வீட்டில் தங்கியிருந்தார், பர்வீன். அவரை முதல்முறையாகப் பார்த்தபோது அதிர்ந்து போனேன். பெனாசிரும் அவரும் ஒரே உயரம். ஒரே முகம். அதே அழகு. ஆனால், அவர் கருப்பு நிறம். இருவரும் கண்கள் நான்கையும் மூடிக்கொண்டு அருகருகே நின்றால், உருவமும் நிழலும் அருகருகே நிற்பதுபோலத் தோன்றும். பிரியாணி பொட்டலங்களை உடம்பில் பதுக்கிவைத்ததுபோல கொழுக்மொழுக்கென இருந்தான், யாசின்.

ஃபாஸ்ட் ட்ரேக் வண்டியில் நான் முன் இருக்கையில் அமர்ந்துகொண்டேன். மாடப்புறா தொலைக்காட்சியின் நிகழ்ச்சிகளைத் தவறாமல் பார்ப்பதாகவும், நிகழ்ச்சியின் இறுதியில் பெயர்கள் ஓடும்போது இணைத்தயாரிப்பாளர்கள் பட்டியலில் பெனாசிரின் பெயர் வருவதற்காக தங்கள் குடும்பமே காத்திருப்பதாகவும் பர்வீன் என்னிடம் நெகிழ்ந்தார்.

'இன்னும் இரண்டு வாரம்தான் ஆன்ட்டீ. பெனாசிரோட பேர எல்லாரும் பாக்கப் போறீங்க' – அவர் கைகளைப்பிடித்து சொல்லத்தோன்றியது. எங்கள் தொலைக்காட்சி மீதான அவர் அபிமானம், எனக்குப் பெருமையாகவும் பயமாகவும் இருந்தது.

சென்னை ஒன்றும் தனக்குப் புதிதல்ல என்றும், தன் தாத்தா ஜாஃபர்கான்பேட்டையில்தான் ஜவுளி

வியாபாரம் செய்ததாகவும் பழைய நினைவுகளுக்கு திரும்பிக் கொண்டிருந்தார்.

பெனாசிர் சொல்லிக்கொடுத்த சொட்டு மருந்து வசனத்தைச் சொல்வதற்கு நான் பலமுறை முயன்றும், அவர் புதிய கதைகளைத் தொடங்கி நவரசங்களை வெளிப்படுத்திக்கொண்டிருந்தார். வேளச்சேரி சிக்னலில் அவர் தொண்டைவற்றி தண்ணீர் கேட்டபோது, அந்த இடைவெளியை விட்டால் இனி கிடைக்காது என்று,

"நீங்க தேன் அல்வா செய்யும்போது இரண்டு சொட்டு பிரட் விடுவீங்களாமே. திருநெல்வேலியே தெறிச்சுப் போகும்னு கேள்விபட்டேன்!"

"அய்யோ, அது ப்ரெட் அல்வா... அய்யோ, அது ப்ரெட் அல்வா... ஹிஹி" – யாசின் குறுக்கிட்டு தலையில் அடித்துத் திருத்தினான். என் தோல்வியை, அவன் நாளெல்லாம் குலுங்கிக் குலுங்கிச் சிரித்துக் கொண்டாடினான்.

கோடம்பாக்கம் மேம்பாலத்தின் கீழ் அமைந்திருக்கும் மேனக் அழைப்பிதழில், ஒரு சின்ன வேலை இருப்பதாகச் சொன்னார். அழைத்துச் சென்றேன். அவரை கடைக்குள் அமரவைத்துவிட்டு யாசினுக்கு ஐஸ்கிரீம் வாங்குவதற்காக வெளியே வந்தேன்.

சாலை பராமரிப்புப் பணிகள் நடந்துகொண்டிருந்ததால் போக்குவரத்தில் நிறைய மாற்றங்கள். மேம்பாலத்தின் அடிவாரத்தில் ஓர் ஒதுக்குப்புறத்தில் பட்டாபிராமனின் கார் நின்றுகொண்டிருந்தது. மறைவான இடத்தில் நின்று எட்டிப்பார்த்தேன். முன் இருக்கையில் பட்டாபிராமன் தலை கலைந்து அமர்ந்திருந்தார்.

பின் இருக்கையைப் பார்த்தபோது இரத்தக்குழாய்கள் குப்பென அடைத்தன. இசைத்தளபதிகள் நிகழ்ச்சியின் பெண் தொகுப்பாளர் ஆடை மாற்றிக்கொண்டிருந்தாள். 'அடப்பாவி! இன்னும் ON AIRகூட ஆகலையேடா' – வயதுக்கு வராத பெண்ணுக்கு நேர்ந்த பாலியல் துன்பமாக அதைக் கருதினேன்.

உடனடியாக மானசாவைப் பார்த்து, அவளைத் தூக்கிப் போட்டு மிதிக்க வேண்டும்போலிருந்தது. எல்லா உணர்வுகளையும் கட்டுப்படுத்திக்கொண்டு, அன்றிரவு பெனாசிரின் சித்தியை இரயில் ஏற்றிவிட்டேன். பெனாசிரின் நன்றியைக்கூட என்னால் முழுமையாக ஏற்றுக்கொள்ள முடியவில்லை.

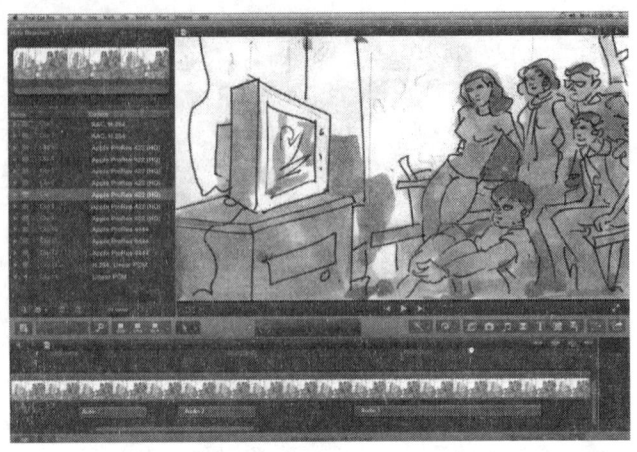

23

இன்று – நாளை என்று, செயற்கைக்கோளை பலநாட்கள் காக்க வைத்து, ஒரு சனிக்கிழமையன்று எங்கள் ஐந்து பேருக்கும் சொல்லாமலே UPLINK தொடங்கிவிட்டது. திட்டமிட்ட தேதிக்கு ஒரு வாரத்துக்கு முன்னரே நிகழ்ச்சி ஒளிபரப்பாகி விட்டது. தயாரிப்புக் குழுவிடம் ஒரு வார்த்தை கூட கேட்கவில்லை. அவசர அவசரமாக அவமானப் பட்டோம். விரல்களை மடக்கும் போது வலை வராமல்போன ஸ்பைடர்மேனைப்போல் திகைத்து நின்றோம். இதை விடக் கொடுமை, பலரின் வாழ்க்கை இலட்சியங்கள் மாறியதுதான்!

“ரியாலிட்டி ஷோவுக்கு எதுக்கு காஸ்ட்யூம் டிசைனர்? அவருக்கு மட்டுமே அஞ்சு இலட்சம் போகுது. கண்டென்ஸ்டண்ட்ஸ் எல்லாரும் அவங்களோட நேச்சுரல் காஸ்ட்யூம்ல வரலாமே. அவங்கள அழகுபடுத்தணும்னு நினச்சு ஷோவ ஏன் செயற்கையாக்கணும்? நம்ம நிகழ்ச்சில பங்கு பெறும் போட்டியாளர்கள் மெல்ல மெல்ல தமிழ்நாட்டோடு ஒவ்வொரு குடும்பத்துலயும் உறுப்பினர்கள் ஆகணும். ரொம்ப வேஷம் போடறவங்கள யாரும் வீட்டுக்குள்ள சேக்கறதில்ல. சேனல் மாத்திருவாங்க!”

இசைத்தளபதிகளின் இரண்டாம் சீசன் நிகழ்ச்சிகளில் பட்ஜெட்டை எப்படிக் குறைக்கலாம் என்பதற்காக ஒரு சந்திப்பு. காஸ்ட்யூம் காஸ்ட் பற்றி மானசா பேசிக்கொண்டிருந்த போதுதான் காண்டீபன், ஒரு காமெட்போல் ஓடிவந்து வெடித்தார்.

"வாழ்த்துகள் டெரன்ஸ்! உங்க ஷோதான் டி.வி.ல ஓடிக்கிட்டு இருக்கு."

"என்ன சொல்றீங்க? நான் files எதையுமே இன்னும் transfer பண்லையே..!" – மெய்சிலிர்த்தது எனக்கு.

"முதல்ல அந்த டி.வி.ய ஸ்விட்ச் ஆன் பண்ணுங்க..!" – மானசாவால் பொறுக்க முடியவில்லை.

காஞ்சனா பார்லரில், நீண்ட நாட்களாக யாரும் இயக்காத அந்த டி.வி.யின் பவர் பட்டனை அழுத்தியபோது படத்தொகுப்பில் நான் பயன்படுத்தாத ஒரு ஸ்க்ரீன் டோனில் ஐந்து இசைக் குழுக்களின் கதைகள் ஓடிக்கொண்டிருந்தன. நாம் திட்டமிட்ட வரிசைப்படி இசைக்குழுக்கள் பற்றிய வரலாறுதானே முதல் நிகழ்ச்சியாக இருக்கவேண்டும்... இது ஐந்தாவது எபிஸோட் ஆயிற்றே? இது ஏன் முதல் எபிஸோடாக ஒளிபரப்பாகிறது? குபுகுபுவென எழுந்த குழப்பங்களைக் குப்புறப்படுக்கவைத்து விட்டு நிகழ்ச்சியைப் பார்த்தோம்.

இசைக்குழு *1:* Egg Matrix

வாழ்க்கையின் இலட்சியம் –

ஒளிபரப்புக்கு முன்: வெள்ளை மாளிகையில் இசைப்பது.

ஒளிபரப்பு: புடவை கட்டிய மிச்சில் ஒபாமாவுடன் புகைப்படம் எடுப்பது!

குழுவில் ஒருவனின் தந்தை டாஸ்மாக்கில் பணியாற்றுவதைப் பயன்படுத்தி, இவர்களின் இசையே BAR வசதியுள்ள ஒரு டாஸ்மாக் கடையில்தான் பிறந்தது என்று மாற்றப்பட்டிருந்தது. டாஸ்மாக் வாங்க இசைய அள்ளிக் குடிங்க என்பதுபோல கதை நகர்ந்தது!

இசைக்குழு *2:* Rockamma Rocky

வாழ்க்கையின் இலட்சியம் –

ஒளிபரப்புக்கு முன்: ஷங்கர் படத்துக்கு இசை அமைப்பது.

ஒளிபரப்பு: தங்கள் குழுவை வைத்து ஷங்கர், பாய்ஸ்2 எடுக்கவேண்டும்!

இந்தக் குழுவைச் சேர்ந்த ஒரு சலூன்கடைப் பையனை வைத்து நம் கண்களில் இரத்தம் வரும் அளவுக்கு சில கேண்டிட் காமெடிகள் செய்திருந்தார்கள். ஐந்து பேரும் தங்கள் கதைகளை நெகிழ்ச்சியாகக் கூறிய காட்சிகளைக் காணவில்லை!

இசைக்குழு 3: Grilled Chickens

வாழ்க்கையின் இலட்சியம் –

ஒளிபரப்புக்கு முன்: ஐந்து பெண்களும் ஒரே ஆணைத் திருமணம் செய்வது.

ஒளிபரப்பு: ஐந்து பெண்களும் ஒரே பெண்ணைத் திருமணம் செய்வது!

ஒரு பெண்ணைத் திருமணம் செய்வது என்பது, இந்த இசைக்குழுவின் ஒவ்வொரு பெண்ணுக்கும் இருந்த இலட்சியம். ஐந்து பேரும் தோழிகளானபோது அவர்களுக்குள் பல காதல் உருவாகி உடைந்து இறுதியில் ஐந்து பேரும் தங்கள் குழுவில் இல்லாத வேறொரு பெண்ணைத் திருமணம் செய்வதென்று முடிவெடுக்கிறார்கள். தங்கள் கனவுப் பெண் எப்படியிருக்க வேண்டும் என்று JAZZ இசையில் ஒரு பாடல் பாடுகிறார்கள். பாடலுக்கு இடையே, "Grilled Chickensன் கதை ஒரு சமூக விழிப்புணர்வு" என்று, கயிறு கண்ணாடி மாட்டியவர்கள் புள்ளி விவரங்களோடு புறப்பட்டு வருகிறார்கள். ஒவ்வொருவர் பேசும்போதும் ASTON BANDல் அவர்களின் பெயர் தோன்றி, அதன் கீழே 'பாலியல் வல்லுநர்' என்று குறிப்பிடப்படுகிறது!

இசைக்குழு 4: தப்புத்தமிழா (எ) செம்மொழி posters

வாழ்க்கையின் இலட்சியம் –

ஒளிபரப்புக்கு முன்: சங்க இலக்கியப் பாடல்களை உலகம் முழுக்கப் பயணம் செய்து பரப்புவது.

ஒளிபரப்பு: உலகத்தின் பிரபலமான மேடைகளில் ஏறி தப்புத்தப்பாக தமிழை உச்சரித்து இசை நிகழ்ச்சி நடத்துவது!

ஏற்கெனவே இவர்களுக்கிருந்த தமிழ் பின்னடைவையே ஒரு USPயாக வைத்துக்கொண்டு தப்பான தமிழை விற்பனை செய்தது இந்தக் கதை. "எவனாவது இலக்கியம் குறுந்தொகைனு

வாய திறந்தீங்கனா, உள்ள தூக்கிப் போட்ருவேன் Rascals" என்று அலெக்ஸ்பாண்டியன் மிரட்டியதுபோல மிரட்சியோடு காணப்பட்டார்கள். தமிழையும் மருந்தையும் ஒப்பிட்டு சில காட்சிகள் அமைக்கப்பட்டிருந்தன. தமிழ் என்ற மருத்துவமனையை விட்டு இந்த இசைக்குழு வெளியேறுவதே இறுதிக்காட்சி!

இசைக்குழு 5: மங்கூஸ் மண்டைகள்

வாழ்க்கையின் இலட்சியம் -

ஒளிபரப்புக்கு முன்: ஒரு நள்ளிரவில் தங்கள் இசையால் சென்னையை எழுப்பி அனைவரையும் ஜெமினி மேம்பாலத்தைச் சுற்றி நடனமாடச்செய்ய வேண்டும்.

ஒளிபரப்பு: ஒரு நள்ளிரவில் தங்கள் இசையால் சென்னையை எழுப்பி அனைவரையும் ஜெமினி மேம்பாலத்தைச்சுற்றி நிர்வாணமாக நடனமாடச்செய்ய வேண்டும்!

இந்தக் கதையை எந்த வீட்டிலும் குடும்பத்தோடு உட்கார்ந்து பார்க்க முடியாது. இதற்குமேல் எதுவும் சொல்ல முடியாது!

நிகழ்ச்சியின் இறுதியில் பெண் தொகுப்பாளர் மஞ்சுளா, "அடுத்த வாரம் இந்த அஞ்சு டீம் மோதும் முதல் சுற்றில் சந்திப்போம்" என்று முடித்தாள்.

"அடிப்பாவி! இன்னும் ஷூட்டுக்கே போலயே மவளே!" - மானசா பதறினாள்.

"ராகவன் நாம இந்த சேனல்ல இருக்கிறமா இல்லியா? யாரக் கேட்டு இதெல்லாம் டெலகேஸ்ட் ஆகுது?" - பெனாசிருக்கு வேர்த்தது.

"சத்தியமா எனக்கு ஒண்ணுமே புரியல... இதெல்லாம் எப்படி, யாரு, ஏன்?" - ராகவனுக்குப் பைத்தியம் பிடித்துவிட்டது.

"உண்மையச் சொல்லணும்னா நம்ம செஞ்சத விட சில செக்மென்ட்ஸ் க்ரியேட்டிவா இருந்தது. சிலது கன்றாவியா இருந்தது!" - மானசாவின் விமர்சனத்தை நாங்கள் விரும்ப வில்லை.

ஒரு நிகழ்ச்சி ஒளிபரப்பாவதற்கு முன் அதில் எத்தனைப் பகுதிகள் - ஒவ்வொரு பகுதியின் கால அளவு - அவற்றின் கண்டென்ட் விவரங்கள் - ஒளிபரப்பாக வேண்டிய நேரம் - நிகழ்ச்சியின் தயாரிப்பாளர்கள் யார் என்று அனைத்துத்

தகவல்களையும் ஒரு TXN FORMமில் நிரப்பி, சுந்தரம் பிள்ளை யிடம் கையெழுத்து வாங்கி பின் அதை Master Control Roomமில் கொடுக்க வேண்டும். அதற்குப் பின் MCRரில் இருப்பவர்கள் மூத்த தயாரிப்பாளரோடு கலந்துபேசிய பின் நிகழ்ச்சி ஒளிபரப்பப்படும். இசைத்தளபதிகளின் முதல் நிகழ்ச்சிக்கான TXN FORMஐ நிரப்பி நேற்று சுந்தரம் பிள்ளை யிடம் கையெழுத்து வாங்கச்சென்றபோது “ரியாலிட்டி ஷோவுக்கு இந்த வேலையெல்லாம் நாங்களே பாத்துப்போம், டெரன்ஸ்... don’t worry” என்று வாங்கி வைத்துக்கொண்டார். அன்றே நான் சுதாரித்திருக்க வேண்டும்.

“உடனே சுந்தரம் பிள்ளைய பாக்கணும். நான் போறேன், யார் வர்ரீங்க?” – என்னால் அதற்கு மேல் பொறுமை காக்க முடியவில்லை.

“இனிமேல் அவரப் பாத்து என்னடா நடக்கப் போகுது? நம்ம திறமைல யாருக்கும் நம்பிக்க இல்லனு நினைக்கறேன்” – நிலா சுந்தரம் விரக்தி அடைந்தான்.

யாரையும் கண்டுகொள்ளாமல் நான் முன்னேறினேன். எல்லாரும் என்னைப் பின்தொடர்ந்தார்கள்.

“எல்லாமே நல்லா இருக்குனு சொன்னீங்களே சர். எங்ககிட்ட ஒரு வார்த்த கூட சொல்லாம எல்லாத்தையும் மாத்திட்டீங்களே!” – அறையில் நுழைந்தபோதே ராகவன் பொங்கினான்.

“லுக். எனக்குப் பிடிச்சிருந்தது உண்மதான். ஆனா, எல்லாருக்கும் பிடிக்கணுமே. Finally it is the management’s decision.”

“இப்ப நாங்க என்னதான் சர் செய்யறது? இரண்டு வாரத்துக்கு அப்புறம் ஒளிபரப்ப வேண்டிய நிகழ்ச்சி இன்னிக்கே ஒளிபரப்பாயிடுச்சு. அந்த இடைவெளிய மனசுல வச்சுதான் அடுத்த கட்ட நிகழ்ச்சிகள திட்டமிட்டிருக்கோம். அடுத்த வார ஒளிபரப்புக்கு இன்னும் ஷூட்டிங்கே தொடங்கல. அதையும் வேற யாராவது ஷூட் பண்றாங்களா முன்னாடியே சொல்லுங்க சர். We are wasting a huge money and manpower” – மானசாவின் கண்கள் சிவந்தன.

“இத பாருங்க... Telecast ஆகறதுக்கு முன்னாடி ஒரு நிகழ்ச்சில திருத்தங்கள் நடக்கிறது சகஜம்தான். அத பெருசு பண்ணாதீங்க. அடுத்தது என்னனு சந்திரபாபுகிட்ட பேசி

ஒரு முடிவுக்கு வாங்க. இங்க நீங்க நிறைய ஷோ தயாரிக்கலாம். ஆனா, எந்த ஷோவும் உங்க ஷோ கிடையாது. அந்த டிடேச்மென்ட் ரொம்ப முக்கியம். போங்க!" – வார்த்தைகளால் கழுத்தைப்பிடித்து வெளியே தள்ளினார் பிள்ளை.

அன்று மாலை, ப்ரியங்கா டீ வேர்ல்டில் முறுக்குகளோடு நொறுங்கிக்கிடந்த எங்களை எதிர்பாராத ஒருவர் தேடி வந்தார்... பட்டாபிராமன். புதிய கோபத்தின் வளர்ச்சியால் என் பழைய கோபங்கள் ஓய்வில் இருந்தன. ஊட்டச்சத்தற்ற ஒரு சிரிப்போடு அவரை வரவேற்கமுடிந்தது. மற்றவர்கள் யாரும் அவரைக் கண்டுகொள்ளவில்லை. வந்த வேகத்தில் மானசாவின் உதட்டில் ஒதுங்கியிருந்த சிகரெட்டைப் பிடுங்கி தன் உதட்டில் புதைத்தார். எல்லாரையும் மணல் மேட்டில் அமரச்செய்தார்.

"உங்க வருத்தம் எனக்குப் புரியுது. நீங்க அஞ்சு பேருமே நெசமா ஒழைக்கிறீங்க. ஆனா, அது போதாது. பாலிடிக்ஸ் முக்கியம்!" – பாக்கெட்டில் இருந்த தன் லைட்டரை எடுத்து 'பச்செக்' என்று பற்ற வைத்தார்.

அதுவரை நாங்கள் அறிந்திராத ஓர் அரசியலின் மீது பட்டாபிராமன் வெளிச்சம் பரப்பினார்.

மாடப்புறா தொலைக்காட்சி இரண்டு அணிகளாக இயங்குகிறது. மூன்று உரிமையாளர்களில் இரண்டு பேர் ஓர் அணி. அவர்களின் தளபதிதான் சுந்தரம் பிள்ளை. மூன்றாவது உரிமையாளரும், மார்க்கெட்டிங் மண்டை பிரேமும் ஓர் அணி. அவர்களின் தளபதிதான் சந்திரபாபு. எந்த ஒரு நிகழ்ச்சியும் சுந்தரம் பிள்ளையின் தலைமையில் தான் தயாரிக்கப்படும். ஆனால், சந்திரபாபுவின் தலையீடு இல்லாமல் ஒரு காட்சிகூட ஒளிபரப்பாகாது.

சேனலின் தலைமைப் பொறுப்புக்கு வரவேண்டுமென்ற ஆசையோடும் தன் தயாரிப்பு குழுவோடும் இந்த வளாகத்துக்குள் நுழைந்த சந்திரபாபுவின் கனவு நிறைவேறவில்லை. தன் குழுவைச் சேர்ந்தவர்களை வெவ்வேறு நிகழ்ச்சிகளில் பணியில் அமர்த்தினார். அவர்கள் யாரும் அந்தந்த நிகழ்ச்சியில் பணியாற்றுவதில்லை. சுந்தரம் பிள்ளை தலைமையில் தயாராகும் நிகழ்ச்சிகளைக் குறை சொல்லி மாற்றி அமைப்பதுதான் அவர்கள் வேலை.

சந்திரபாபுவின் ஆட்கள் சேனல் முழுக்க பரவிக்கிடக்கிறார்கள். புதிதாக வந்தவர்களால் அவர்களை அடையாளம் காண முடியாது.

இந்த இரண்டு அணிகளின் ஈகோ மோதலால் நிறுவனம் மிகப்பெரிய இழப்புகளைச் சந்தித்திருக்கிறது. ஆனால், அந்த இழப்பை விட இவர்களுக்கு தங்கள் இருப்புதான் முக்கியம். இதைப் புரிந்துகொண்டுதான் இங்கு இயங்கவேண்டும்.

இந்தப் பேய்க்கதையின் இறுதிக்காட்சியில், ஐந்து பேருக்கும் மூச்சுப்பேச்சில்லை! ‘அடுத்தது என்ன என்று சந்திரபாபுவிடம் கேளுங்கள்’ என்று, சுந்தரம் பிள்ளை சொன்னதற்குப் பின்னால் கொத்துக் கொத்தாக எத்தனை அர்த்தங்கள்? தன் இயலாமையை மனிதர் எவ்வளவு அழகாக கையாண்டிருக்கிறார்.

”என்ன ஆனாலும் சரி. இவங்க பஞ்சாயத்துக்காக நாம சாக முடியாது. நாளைக்கே ஒரு மெயில் அனுப்பறோம்!” – நிலா சுந்தரத்தின் தீர்ப்புதான் சரி எனப் பட்டது.

அன்றிரவு யாருக்கும் தூக்கமில்லை. எல்லா கண்களிலும் ஒரு மின்னஞ்சல் அச்சாகிக்கொண்டிருந்தது.

24

எனக்குச் சட்டை வாங்குவதற்காக எக்ஸ்ப்ரெஸ் அவென்யூ சென்றிருந்தோம். கடை முழுக்க அலசி எனக்காக ஜோடி ஜோடியாக சட்டைகளை அடுக்கியிருந்தாள், பெனாசிர். உலகமே இரண்டாகத் தெரிந்த காலகட்டம் அது.

“உங்க இமெயில் சிறுபிள்ளத்தனமா இருந்தது. உங்க கண்ல ஒரு பயம் தெரியுது. இப்ப வந்து என்ன பாக்கற? நீங்க, எடிட் முடிஞ்சதும் ஏன் என்ன எபிஸோட் பாக்க கூப்பிடல? என்ன டெரன்ஸ், நீயாவது சொல்ல வேணாமா?”

நாங்கள் அனுப்பிய மின்னஞ்சலுக்கு இரண்டு நாட்களாக பதில் அனுப்பாத சந்திரபாபுவை நானும் ராகவனும் நேரில் சந்தித்தோம். இனி நாங்கள் நிகழ்ச்சியைத் தொடரவேண்டுமெனில் எங்களுக்குச் சரியான வழிநடத்துதல் வேண்டும். அங்குமிங்கும் அலையாமல் ஒரே ஒரு அப்ரூவல் பாயின்ட் வேண்டும் என்று சிவப்பு எழுத்தில் செதுக்கியிருந்தோம்.

“உன்கிட்டப் பேசி என்ன பயன்? ஒரு மூத்த தயாரிப்பாளருக்குக் கொடுக்க வேண்டிய ரெஸ்பெக்ட்ட என்னிக்குமே நீ கொடுத்ததில்ல!”

அவரோடு நான் நெருங்கிப் பழகியதை அவமரியாதையாக நினைத்திருக்கிறார். 'தலைமுறை இடைவெளி இல்லாமல் பழகும் பெரியவர்கள் எல்லா நேரத்திலும் அதை விரும்புவதில்லை' என்று புரியவைத்தார்.

"ராகவா, இசைத்தளபதிகளோட ரன்டைம் ட்யூரேஷன் என்ன?"

"சராசரியா நாற்பத்தெட்டுல இருந்து ஐம்பது நிமிஷம் சர்."

"நீ கொடுத்த எபிசோட் எவ்வளவு நிமிஷம் இருந்ததுனு செக் பண்ணியா?"

"சர்... அது ஃபைனல் கிடையாது இன்னும்..."

"இன்னும்?"

"சுந்தரம் பிள்ளை சர் சில மாற்றங்கள் சொல்லியிருந்தாரு. அத இம்ப்லிமென்ட் செய்யல. அத செய்யாம நாற்பது நிமிஷம் இருக்கும்."

"அத நீங்க செஞ்சிருந்தாலும் நாப்பத்து இரண்டு நிமிஷத்த தாண்டியிருக்காது. முதல் எபிஸோட்... அதுக்கே ஒரு ஹெல்த்தியான ட்யூரேஷன் இல்லனா அப்ப அடுத்தடுத்த எபிஸோட் மேல எப்படி நம்பிக்க வரும்?"

"அத நேரடியா எங்களக் கூப்ட்டு சொல்லியிருக்கலாமே சர். அத இன்னும் நல்லா package பண்ணியிருக்கலாமே."

"அது மட்டும் பிரச்னை இல்ல ராகவன். சரி... நிகழ்ச்சியோடு 40+ நிமிஷங்களோட நோக்கம் என்ன?"

அவர் என்ன எதிர்பார்க்கிறார் என்று புரியவில்லை.

"நிகழ்ச்சியோட பிரமாண்டத்த பார்வையாளர்களுக்கு அறிமுகப்படுத்தி, உள்ள நடக்கற போட்டிய புரிய வைக்கிறதுதான் முதல் நிகழ்ச்சியோட நோக்கம் சர். அதுக்கப்பறம் பரபரப்பும் கொண்டாட்டமும் குறையாம பாத்துக்கறது அடுத்தடுத்த நிகழ்ச்சிகளின் நோக்கம்" – ராகவன் பணிவாகவே பதில் சொன்னான்.

"சுந்தரம் பிள்ளை மேல்நிலைப் பள்ளில படிச்சா இதான் பிரச்ன. ஒரு குறுகிய வட்டத்துக்குள்ளேயே சுத்திக்கிட்டு இருப்பீங்க. அந்த ஆள் தலைல டை அடிச்சிக்கிட்டு திரியறான், மூள நரச்சுப்போனது பத்திக் கவலப்படாம.

ம்ம்ம்... சரி. நம்ம ஷோ பண்றதுக்கு காசு எங்க இருந்து வருது தம்பி?"

மௌனம். அதை அவர் வளரவிடவில்லை.

" 'ஹைவே'ல ஊருக்கு போகும்போதும் திரும்பும்போதும் வழியெல்லாம் நிறைய சின்ன சின்ன ஓட்டல் இருக்கும். அந்த ஓட்டல் எல்லாமே சாலையில் இருந்து சில மீட்டர் தூரம் உள்ள தள்ளி இருக்கும். நம்ம போற வேகத்துல கண்ணுக்குத் தெரியாது. "இங்க ஒரு ஓட்டல் இருக்கு"னு பயணிகளுக்கு கைகாட்டி சொல்றதுக்காகவே சாலை மேல ஒரு செக்யூரிட்டி நின்னுக்கிட்டு இருப்பாரு. வேகமா போய்க்கிட்டு இருக்கிற பயணிகள திசைதிருப்பி ஓட்டலுக்குள்ள அழச்சுக்கிட்டு வருவதுதான் அவர் வேல. இல்லையா?"

"அதுக்கும் நீங்க கேட்ட கேள்விக்கும்..?"

"அந்த செக்யூரிட்டி செய்யற வேலையத்தான் உன் நிகழ்ச்சி செய்யணும். 40+ நிமிஷத்துல பார்வையாளர்கள சேகரிச்சு சேகரிச்சு அவங்கள 10+ நிமிஷ சந்தைக்குள்ள வழிநடத்துறதுதான் உன் வேல. விளம்பர இடைவேளைதான் நம்ம டெஸ்டினேஷன். Programs are effective support systems for the sponsor economy.

அவரிடம் இந்த கருத்து இருந்தது எனக்குத் தெரியும். ஆனால், அது ஒரு சித்தாந்தமாகவே மாறியிருந்தது.

"ரியாலிட்டி ஷோ செய்யணும்னு நினச்சது எதுக்கு?அதுவும் Band Hunt கான்செப்ட் எதுக்கு?" – அவருடைய கேள்விகள் தொடர்ந்தன.

'தெரியாது' என்ற பதில்தான் அவருக்கு மிகவும் பிடித்திருக்கிறது என்பதைப் புரிந்துகொண்டு பேசாமல் இருந்தோம்.

"இந்த இடத்துல நம்ம செக்யூரிட்டி செய்யவேண்டிய வேலைல ஒரு சின்ன மாற்றம். அதாவது, தோசை, இட்லி விக்கிற ஓட்டலுக்குப் பதிலா பிட்சா, பர்கர் விக்கிற கடை திறக்கப்படுது. இந்த உணவு வகைகள விரும்பிச் சாப்பிடற ஜனத்தொகைதான் செக்யூரிட்டியோட இலக்கு. இளைஞர்களும் குழந்தைகளும்தான் தேவை. இவர்கள் பயணிக்கிற வண்டிகளை டார்கெட் பண்ணி கடைய நோக்கி திசை திருப்பியாகணும்.

அப்ப செக்யூரிட்டியும் கொஞ்சம் இளமையா இருக்கணும் சுறுசுறுப்பா இருக்கணும் இல்லையா?"

கிழக்குக் கடற்கரைச்சாலையில், யாரோ ஒரு செக்யூரிட்டி மீது காரை ஏற்றியதால் பல பேர் கூடி இவரைக் கன்னாபின்னா வென கும்மாங்குத்து குத்தியிருக்க வேண்டும். பலமாக பாதிக்கப்பட்டிருக்கிறார்.

"நம்ம சேனலுக்கு விளம்பரம் கொடுக்க சில குளிர்பானங்கள், காஸ்மெட்டிக் இண்டஸ்ட்ரி, செல்போன் கம்பெனிகள் தயாரா இருக்காங்க. ஆனா, அவங்களுடைய சந்தை, 25 வயதுக்குட்பட்ட இளைஞர்கள்தான். ஆக, இளைஞர்கள் மத்தியில பிரபலமாகும் ஒரு நிகழ்ச்சிக்குத்தான் அவங்க விளம்பரம் கொடுக்க விரும்புவாங்க. அவங்கள அட்ரேக்ட் பண்றதுக்குத்தான் இசைத்தளபதிகள்.

நீங்க, சுந்தரம் பிள்ளைக்குக் கொடுத்த டி.வி.டி.ய நானும் பாத்தேன். அது யூத்ஃபுல்லா இல்ல. யாரையும் திரும்பிப் பாக்கவைக்கும்னு தோணல. இது என்னோட முடிவு மட்டுமில்ல. நிர்வாகத்தோட கருத்தும் இதுதான். நீங்க தயாரிச்ச நிகழ்ச்சில உடனடியா சில மாற்றங்கள் செய்ய வேண்டியிருந்தது. செஞ்சாச்சு. நீங்க சுந்தரம் பிள்ளையோட செல்லப் பிள்ளைகளா இருக்கிறதால நான் சொல்றத காது கொடுத்து கேக்க மாட்டீங்கனு நினச்சேன். அதான் உங்களுக்குச் சொல்லாமலே இதெல்லாம் நடந்திருச்சு. ஒரு ஷோவப் பத்தி யோசிக்கும்போது, சொசைட்டில இருந்து தொடங்காம ஷேம்பூல இருந்து தொடங்கணும். நீ தயாரிக்கிற நிகழ்ச்சி ஒரு சந்தைய தயாரிக்குது. அந்த விழிப்புணர்வு இருக்கணும். Programming முக்கியம்தான். ஆனா இன்றைய தேவை சாதாரண Programming இல்ல. Revenue based reverse programming. மறக்காதீங்க."

சுந்தரம் பிள்ளைக்கும் சந்திரபாபுவுக்கும் இருப்பது தன்மான இடைவெளியல்ல விளம்பர இடைவெளி. அது கலைக்கும் வணிகத்துக்குமான தூரம். இரண்டும் ஒரே அலுவலகத்தில்தான் இயங்க வேண்டியிருக்கிறது. இடையில் அகப்படவேண்டும் என்று எங்கள் தலையில் எழுதியிருக்கிறது.

"So the moral of the story இப்படியெல்லாம் மேதாவித்தனமா மெயில் அனுப்பாம, நாலு பேரும் கொஞ்சம் எல்லா கோணங் களையும் மனசுல வச்சு வேல செய்யுங்க."

மீண்டும் மீண்டும் அவர் 'நாலு பேர்' என்று சொன்னது எனக்குக் குற்றவுணர்ச்சியைக் கொடுத்தது. என்னைத் தவிர

மற்ற நான்கு பேரும் கெட்ட பெயர் வாங்குவதை என்னால் பொறுத்துக்கொள்ள முடியவில்லை.

"சர், அவங்கள மட்டும் நீங்க திட்றது நியாயமில்ல சர். என் மேலயும் சில தவறுகள் இருக்கு."

"யார் இல்லன சொன்னா? நீ என்ன பெரிய தியாகியா? உன்னையும் சேத்துதாண்டா நாலு பேர்னு சொன்னேன்!"

"என்னையும் சேத்தா எங்க டீம்ல மொத்தம் அஞ்சு பேர் சர்."

"தெரியும். ஆனா நான் நாலு பேர மட்டும்தான் சொல்றேன். கடைசி நேரத்துல நிலா சுந்தரம் மட்டும் எங்களுக்கு உதவாம போயிருந்தா எந்த மாற்றத்தையும் செஞ்சிருக்க முடியாது. அவன சேக்காம சொன்னேன்!"

விர்றென ஒரு லாரி ஓடி, எதிரில் ஒரு காரில் மோதி, கார் பறந்து ஒரு பேருந்தில் விழுந்து, பேருந்து நசுங்கி உருண்டு, மேம்பாலத்தில் இருந்து சரிந்து, பத்து ஆட்டோக்களை அடித்துக் கவிழ்த்து, பாலத்தில் இருந்து சரிந்து, அதில் ரத்தக் காயங்களோடு உயிர் பிழைத்ததும், அது விபத்தல்ல, கொலை முயற்சி என்று கேள்விப்படும் சராசரி பயணிகளைப் போல் நானும் ராகவனும் நரம்புகள் ஒடுங்கி நின்றோம்.

தோல்வியை விட துரோகம் கனமானது என்பதை அந்த நொடியில் புரிந்துகொண்டோம். 'சந்திரபாபுவின் ஆட்கள் சேனல் முழுக்கப் பரவிக்கிடக்கிறார்கள். வெவ்வேறு நிகழ்ச்சியில் பணியாற்றுகிறார்கள்' என்று பட்டாபிராமன் சொன்ன காட்சி, உடைந்த கண்ணாடியைப்போல் நினைவில் சிதறியது. ஆனால், எங்கள் அணியிலும் ஒருவன் இருப்பான் என்று ஒருநாளும் நம்பவில்லை. புறக்கணிப்பை விட ஏமாற்றமே வலித்தது.

பெனாசிர், மானசா இருவருமே அதை நம்பவில்லை. நிர்வாகம், விளம்பரம் இதைப்பற்றியெல்லாம் யாரும் கவலைப்படவில்லை. நிலா சுந்தரத்தின் நாடகம்தான் பெருங்கொதிப்பைத் தந்தது.

அன்று, நான்கு பேரும் ஒரு ஸ்ப்ரைட் பாட்டிலோடு கேண்டீனில் குறுகிக்கிடந்தோம். எதுவுமே நடக்காததுபோல நிலா சுந்தரம் என் அருகில் வந்து அமர்ந்தான்.

ஒரு மணிரத்ன அமைதிக்குப் பின் "உங்க சித்திக்கு கொஞ்சம் ஃபோன் போட்டுக் கொடுக்கறியா?" – ராகவன், நிலா சுந்தரத்தைப் பார்த்து தழுதழுக்கும் குரலில் கேட்டான்.

"எதுக்குடா?"

"உன் சித்தப்பா செத்துப்போயிட்டார்னு அவங்களுக்குச் சொல்லணும்!"

"என்னடா... போதைல இருக்கியா?"

அடுத்தநொடி, கையில் வைத்திருந்த ஸ்ப்ரைட் பாட்டிலை நிலா சுந்தரத்தின் தலையில் உடைத்தேன். என் மொத்த ரத்தத்தையும் கால்களில் வாங்கி அவனை எட்டி உதைத்தேன். அவன் தரையில் விழுந்ததும், ராகவனும் நானும் அவன் மீது பாய்ந்து, அந்தக் கருப்புக் கன்னங்கள் சிவக்கும்வரை அறைந்தோம்.

பெனாசிரும் மானசாவும் எங்களைத் தடுக்க முயற்சி செய்து, ஆளுக்கொரு பக்கம் போய் விழுந்தார்கள். யார் சட்டையை யார் கிழித்தது என்று தெரியாது. ஆனால், ஒரு சிலநொடிகளில் மூன்று பேரின் சட்டைகளும் நூல் நூலாகத் தொங்கிக்கொண்டிருந்தன.

கேன்டீனில் இருந்த ஊழியர்கள் ஓடிவந்து பலநிமிட போராட்டத்துக்குப் பின் எங்களை விலக்கினார்கள் நிலா சுந்தரத்தின் கண்ணாடி, ஒரு நாற்காலியின் அடியில் நொறுங்கிக் கிடந்தது. அதை அள்ளி எடுத்துக்கொண்டு அவன் ஓடிவிட்டான்.

என் பல்சரில் பெருமூச்சு விட்டு, நானும் ராகவனும் அலுவலகத்தை விட்டு வெளியேறி நேராக சத்தியம் தியேட்டருக்குள் நுழைந்தோம். 'டைவர்ஜெண்ட்' என்ற படத்துக்கு இரண்டு டிக்கெட் வாங்கி அரங்கத்துக்குள் சென்று நாற்காலிகளில் தலைசாய்த்தோம். படம் முடிந்ததும் எழுப்பச்சொல்லி அருகில் அமர்ந்தவர்களிடம் சொல்லிவிட்டுத் தூங்கிவிட்டோம்.

25

மரங்களைப் பார்க்கும்போது இலைகளின் தூசு மட்டுமே தெரிந்தது. கடந்த சில இரவுகள், அட்டைப்பூச்சிகளை விட அடர்த்தியாக இருந்தன. கனவில் தொலைக்காட்சிப் பெட்டிகள் சிறுநீர் கழிக்கின்றன. எழுந்து பார்த்தால் முகம் நனைந்திருக்கிறது. என்னால் என்னை அலட்சியப் படுத்த முடியவில்லை.

ஆண்டவனாக்கப்பட்ட ஏசுவே... நான் ஏன் இந்த அணியில் சேர்ந்தேன்? எதற்காக இவர்களைச் சந்தித்தேன்? ஏன் அடித்தேன்? ஏன் அடிவாங்கினேன்? ஏன் காதலித்தேன்? ஏன் முத்தமிடப்பட்டேன்? யாருமற்ற தேவாலயத்தில் நான் மட்டும் ஒற்றை மெழுகு வத்தியாக உருகிக்கொண்டிருந்தேன். இந்தக் கதையின் எதிர்காலம் எனக்கு பயம் தந்தது. கறையானைப்போல் கற்பனைகள் என்னை அரித்துக்கொண்டிருந்தன. அன்று பெனாசிரின் அழைப்பு வராமல் இருந்திருந்தால் என் முதுகில் ஒரு சிலுவை முளைத்திருக்கும்.

மன உளைச்சலைக் கையாள நானும் ராகவனும் கண்ட வழி... தூக்கம். நானும் பெனாசிரும் கண்ட வழி... சாப்பாடு. முதல் வழியில் மனம் அடங்காததால்

இரண்டாம் வழியில் செல்ல விரும்பினேன். சென்னையின் சிறந்த உணவு வகைகளை ஒன்றுதிரட்டி, அவற்றை மெரீனா கடற்கரையில் அமர்ந்து உண்டு மகிழ நானும் பௌசிரும் திட்டமிட்டோம். இசைத்தளபதிகளுக்கு அதுவரை ஆன செலவுகளின் கணக்குத்தாளை அவள் சமர்ப்பிக்க வேண்டியிருந்ததால் அதை முடித்துவிட்டு நேரடியாக கடற்கரைக்கு வருவதாகச் சொன்னாள். எங்கெங்கே என்னென்ன வாங்க வேண்டும் என்று எஸ்.எம்.எஸ். அனுப்ப மட்டும் அவளுக்கு நேரமிருந்தது.

'Pallipaalayam chicken @ Junior Kuppanah, Grilled Chicken @ Zytoon, Chicken roll @ Arabian Kebab Centre, Hollywood special biryani @ Hollywood, mutton kheema balls @ Anjappar, Kozhi kothu idiyappam @ Orusoru, Kari meen fry @ kumar-agam, Kozhi varuthathu @ Jacobs Kitchen, Atomic donuts@ city centre, Nungu-Ilaneer juice - regular size@ Amutham'

படித்துமுடிக்கும்போதே ஏப்பம் வந்துவிட்டது.

"Finger Bowls@...?" இதற்கும் அவள் பதில் வைத்திருப்பாள் என்று தெரியும்.

"Bay of Bengal" - நேனோ நொடியில் பதில் வந்தது.

அவள் குறிப்பிட்டிருந்த உணவகங்களில் பெரும்பாலானவை தி.நகர், கோடம்பாக்கம் வட்டாரத்தில் இருந்ததால், எட்டு மணிக்கெல்லாம் உணவு மூட்டைகளோடு கடற்கரையில் குடியேறினோம். என் முயற்சிகளைக் கேவலப்படுத்துவது போல மிகச்சிறிய ப்ளாஸ்ட்டிக் தட்டுகளை வாங்கி வந்திருந்தாள்.

"எலும்பு போடறதுக்கு இது போதும். சாப்பாடு தட்டு எங்க?"

"See terry... பெரிய தட்டு வாங்கனா எல்லா டிஷ்ஷையும் ஒரே நேரத்துல ஓபன் பண்ணி குழப்பியடிச்சு எதையுமே எஞ்சாய் பண்ண மாட்டோம். சின்ன தட்டுல ஒவ்வொரு டிஷ்ஷா வச்சு சாப்பிடலாம்."

"ஹேய்... இது... ப்ரியங்கா டீ வேர்ல்டுல, அகிலாண்டம் பாட்டி நாய்க்கு ரஸ்க் வைக்கிற தட்டு மாதிரி இருக்கே!"

அவள் அதை எதிர்பார்க்கவில்லை.

"சாரிடா. தட்டு வாங்க டைம் இல்ல... அதான் அவங்ககிட்ட பத்து ரூபாய்க்கு ரெண்டுனு வாங்கிட்டு வந்திட்டேன்."

“இப்ப ஒரு எஞ்சாய் லாஜிக் சொன்னியே, அது வழீல வரும்போதே யோசிச்சதா... இல்ல on the spotல வந்துதா? பிரமாதப்படுத்தற போ.”

வந்த கோபத்துக்கு, அவள் வாயில் ப்ளாஸ்த்ரி போட்டு, கைகளைக் கட்டி, எல்லா உணவு வகைகளையும் அவள் கண் முன்னால் ஐந்து நிமிடங்களுக்கு திறந்துவைத்து, பின் மீண்டும் பொட்டலம் கட்டி கடலில் தூக்கி எறியத் தோன்றியது. உடனடியாக ஒரு மட்டன் கீமா உருண்டையைக் கடித்துக் கரைத்து ஆத்திரத்தை அடக்கிக்கொண்டேன்.

கீமா உருண்டைகளைத் தொடர்ந்து, கறி மீனைத் திறந்தோம்.

“நிலா சுந்தரத்த நீங்க அடிச்சிருக்கக் கூடாது” – முடிந்து போன காட்சிகளை பெனாசிர் மறுஒளிபரப்பு செய்தாள்.

“அவன் என்ன பெரிய தப்பு செஞ்சிட்டான்? உண்மையச் சொல்லணும்னா, வாங்கற சம்பளத்துக்கு உங்கள விட அவன்தான் சரியா வேல செய்றான்.”

“நீ பேசறது உனக்காவது புரியுமா? உனக்காவது நியாயமா இருக்குமா?”

“இரு. முதல்ல இருந்து வருவோம். டெலகேஸ்ட் ஆன அந்த முதல் எபிஸோட் அத பத்தி நீ என்ன நினைக்கிற?” – பெனாசிர் ஓர் ஆய்வு நோக்கோடுதான் வந்திருந்தாள்.

“இதான் முதல்ல இருந்து வர்ரதா? நிலா சுந்தரம் நமக்குத் தெரியாம சந்திரபாபுவுக்கு உதவி செஞ்சதுல இருந்து வா, அதுதான் ஆரம்பம்.”

அடுத்தது பள்ளிப்பாளையம் சிக்கன்.

“நான் விளைவுல இருந்து தொடங்கச் சொல்றேன். நீ வளைவுல இருந்து தொடங்கற.”

“கொஞ்சம் உன் வார்த்தை விளையாட்ட விட்டு வெளிய வந்து, சீரியஸா பேசறியா, பெனாசிர்.”

“I mean it Terrence. நான் ஒளிபரப்பாகிற நிகழ்ச்சியோட பார்வைல இருந்து பேசறேன். அதுல இருந்து தொடங்கினா ஆரோக்கியமா இருக்கும்னு நினைக்கிறேன். நீ அந்த நிகழ்ச்சி ஒளிபரப்பாக நாம எப்படியெல்லாம் வளஞ்சு கொடுக்க

வேண்டியிருக்குனு வருத்தத்தோட எல்லைலயே இருக்க. அத விட்டு வெளிய வா.”

“உன் கூட வாதம் செய்யற வலிமை எனக்கு கிடையாதும்மா. May be இதையெல்லாம் சாப்பிட்டு முடிச்சப்பறம் வரலாம்... ஆள விடு!”

“நாம யாருமே கவலப்பட வேண்டாமே. அடிச்சிக்க வேண்டாமே. சுந்தரம் பிள்ளை பெரிய வில்லன்னு நினைச்சோம். ஆனா, அவரோட நமக்கு ஒத்துப்போயிருச்சு. நம்ம மனசுல இருந்த நிறைய விஷயங்கள அவர் வாயால கேட்டப்ப சந்தோஷப்பட்டோம். அந்த அறைய விட்டு வெளிய வந்தப்பவே வேற எங்கேயோ நாம வேறுபடப் போறோம்னு எனக்குத் தோணுச்சு. சரி. சந்திரபாபு அப்படி என்ன தப்பா சொல்லிட்டாரு? ஒரு சேனலோட ரெவென்யூ கோணத்துல யோசிக்கிறாரு. டி.வி. சேனல் என்ன கலை ஆராய்ச்சிக் கூடமா? இல்லையே. நம்ம கேமிரா பதிவு செய்யற ஒவ்வொரு காட்சியும் காசாகணுமே. இல்லனா இப்படி பல ஹோட்டல் சாப்பாட நாம சாப்பிட முடியுமா? ஒரு எபிஸோட் கடைசியா கலர் கரெக்‌ஷனுக்குப் போயிட்டு வர்ற மாதிரி கண்டென்ட் கரெக்‌ஷனுக்குப் போயிட்டு வந்ததா நினச்சுக்கலாமே.”

கோழிக்கொத்து, இடியாப்பம் சூடு குறையாமல் இருந்தது.

“நிலா சுந்தரத்த காப்பாத்த வேற எந்த மாதிரியான நியாயத்த தயாரிச்சு வச்சிருக்கிறனு தெரிஞ்சுக்கலாமா?”

“நான் ஒண்ணும் வீட்ல உட்கார்ந்து வசனம் எழுதீட்டு வந்து பேசல. மனச மட்டும்தான் பேசிக்கிட்டு இருக்கேன். நீங்க யாரும் அவன்கிட்ட ஒரு வார்த்தகூட பேசாம நேரா அடிக்கப் போனது தப்பு. அவன் எப்படி புழுங்கிக்கிட்டு இருக்கானோ? யாருக்குத் தெரியும்? நம்மகிட்ட சொல்லாம, இந்த மாற்றங்கள செய்யச் சொல்லி சந்திரபாபு சொல்லியிருக்கலாம். அவன் பயந்திருக்கலாம். அதெல்லாம் இருக்கட்டும். அவன் ஏன் நமக்கு உண்மையா இருக்கணும்? நாம என்ன பத்து வருஷமாவா பழகிட்டு இருக்கோம்? இல்லனா, அவன் ஆனந்தக்கண்ணீர் வடிக்கிற மாதிரி அவனுக்கு எதாவது உதவி செஞ்சிட்டோமா..? போங்கடா...”

“அவன விடு. நீ என்னக் காதலிக்கிறயா?”

“இந்தக் கோழிக்கொத்து இடியாப்பம் மேல சத்தியமா நான் உன்ன மனசாரக் காதலிக்கிறேன்.”

“ஏற்கெனவே, செத்துப்போனது மேல சத்தியம் செய்யாத. என் மேல சத்தியம் செய்!”

“சீ போடா. ட்ரேஸ்டிக்கா டிராமா பண்ற நீ. எதுக்குக் கேக்கற?”

ப்ளாஸ்டிக் தட்டில் பிரியாணி கோபுரம். கோபுர வாசல்களில் கோழி. வறுத்த கறி.

“நாளைக்கே ஒரு டி.வி. ஷோவுல நீ என்னக் காதலிக்கவே இல்லனு உன்னால சொல்ல முடியுமா?”

“முடியாது!”

“அந்த அஞ்சு டீமும், ஒரு ஷோவுக்காக வாழ்க்கையோட இலட்சியத்தையே மாத்திக்கிட்டாங்களே, அத என்னால ஏத்துக்கவே முடியல. ஒரு ரியாலிட்டி நிகழ்ச்சி scriptedடா இருக்கிறது தப்பில்ல. ஆனா, அது உண்மைய fabricate செய்யணும். இப்படி falsify பண்ணக்கூடாது. உண்மையான உண்மை கொடுக்கிற டி.ஆர்.பி.தான் நிலையானது.”

“என்ன பெரிய வெங்காய இலட்சியம்? எனக்கும் சுத்தமா பிடிக்கலதான். நிர்வாணமா ஆடறது, அஞ்சு பெண்கள் இன்னொரு பெண்ண திருமணம் செய்யறது... ரொம்ப வேஷமாத்தான் இருந்தது. ஆனா நம்ம பிரச்ன என்ன தெரியுமா டெரன்ஸ். Ownership. நாம இந்த நிகழ்ச்சிய நம்ம நிகழ்ச்சினு மனசார நினச்சோம். அதனாலதான் தலவலியே. இது சேனலோட நிகழ்ச்சினு நினச்சுப் பாரு. கொஞ்சம் பாரம் குறஞ்ச மாதிரி இருக்கும். தொழில் கத்துக்கறதுக்கான ஒரு வாய்ப்பா இந்த நிகழ்ச்சியப் பாத்துட்டுப் போவோம். கண்டிப்பா உன் இரண்டு காலரையும் தூக்கிவிட்டுக்கிற மாதிரி நாம ஒரு நிகழ்ச்சி தயாரிப்போம்!”

பெனாசிரின் சில வார்த்தைகளும், அமுதத்தில் வாங்கிய நுங்கு கலந்த இளநீரும் போட்டிபோட்டுக்கொண்டு இதம் தந்தன. கடற்கரையில், சிறுமிகள் சிலர் கால்தடம் பதித்து விளையாடிக்கொண்டிருந்தார்கள். அலைகள் ஓடிவந்து அந்தத் தடங்களை அழித்தபோது அவர்கள் கைதட்டி சிரித்தார்கள். காற்றில் அந்த புன்னகை பரவி எங்கள் உதடுகளிலும் சிதறியது. அன்று என் செல்போனில் எடுத்த வீடியோ படம்தான் இது. இறுதியாக அடாமிக் டோனட் சாப்பிட்டுவிட்டு அட்டையைத் தூக்கி எறிந்தேன்.

"டெரன்ஸ், ஏன் இப்படி குப்ப போடற..? போய் அத எடுத்திட்டு வா."

"நீ ஏன் இன்னிக்கு ரொம்பப் படுத்தற?"

"ஸ்விட்சர்லேண்ட்ல நாய வாக்கிங் கூட்டிட்டுப் போகும்போது, கூடவே ஒரு ப்ளாஸ்டிக் பை எடுத்திட்டுப் போவாங்களாம். நாய் மலம் கழிச்சா, அத பைல அள்ளி போட்டுக்கிட்டு குப்பத்தொட்டில போடுவாங்களாம்."

"ஓ... இதுதான் மோஷன் கேப்ச்சர் டெக்னாலஜியா?"

அவளுக்கு லேசாகச் சிரிப்பு வந்தது. அழகாகச் சிரிக்கப் போகிறாள் என்று நினைத்தபோது, பேரழகாக அதை அடக்கிக்கொண்டாள்.

"இரண்டு நல்ல விஷயங்கள ஒன்னா அசிங்கப்படுத்த ஒன்னாலதான் முடியும். சொன்னதச் செய்" – தனிப்பெரும் பான்மையோடு என்னை ஆளத் தொடங்கிவிட்டாள்.

காகிதங்களையும், உணவு எச்சங்களையும் ஒரு கவரில் குவித்து, பஜ்ஜிக்கடை குப்பைத்தொட்டியில் அழுத்திப் புதைத்தோம். கடலின் ஓர் உயரமான அலையில் கை கழுவினோம்.

26

நானும் பெனாசிரும் பல கடைகள் அலைந்துதிரிந்து வாங்கிய மெட்டல் பூக்கள் உட்பட பல விலை உயர்ந்த பொருட்களின் பாதுகாப்புக்காக, படப்பிடிப்புக்கு முந்தைய இரவு நானும் காண்டீபனும் ஸ்டூடியோவில் தங்கிவிட்டோம். மதியம் *2:00* மணிக்குத்தான் படப்பிடிப்பு என்றாலும் லைட்டிங் சரிபார்க்க காலை ஐந்து மணிக்கே தயாராகிவிட்டோம். யாருமே இல்லாத மேடையே ஒரு தனி அழகு.

இரண்டாம் கட்டப் படப்பிடிப்பில் தயாரான பத்து நிகழ்ச்சிகளில் ஏழு நிகழ்ச்சிகள் ஒளிபரப்பாகிவிட்டன. அடுத்த மூன்று வாரங்களுக்கு கையில் எபிசோட் இருந்தும் முன் எச்சரிக்கையாக மூன்றாம் கட்டப் படப்பிடிப்பை திட்டமிட்டோம்.

செம்மொழி பாப்ஸ்டர்ஸ் வெளியேறி விட்டார்கள். பாப்ஸ்டர்ஸ் எலிமினேட் ஆன அந்த ரவுண்டில் எவ்வளவோ கெஞ்சியும் அவர்களுடைய தோல்வியை அழுத்தமாகப் பதிவு செய்யமுடியவில்லை. கடைசிவரை அவர்களுக்கு கவலைப்படத் தெரியவில்லை.

“ஒரு போட்டினா வெற்றி, தோல்வி சகஜம். ஆபிரகாம் லிங்கன் கதை தெரியுமா?” – நடுவர்களின் ஹஸ்கி ஆறுதல்களையும் கெட்டுப்போன குட்டிக்கதைகளையும் கேட்டு அவர்கள் சிரிக்கத் தொடங்கிவிட்டார்கள். போஸ்ட் புரொடக்‌ஷனில் ‘இடுக்கண் வருங்கால் நகுக’ என்ற திருக்குறளின் வாய்ஸ் ஓவரோடு அவர்களை அனுப்பி வைத்தோம்.

இளைஞர்கள்தான் அரங்கத்தில் பார்வையாளர்களாக அமரவேண்டும். அவர்களின் விசில்தான் நமக்கு முக்கியம். பெரியவர்களின் கார்ப்பரேட் கைதட்டல்கள் நமக்குத் தேவையில்லை என்பது சந்திரபாபுவின் கருத்து. அதுவரை ஒளிபரப்பாகிய நிகழ்ச்சிகளில் அதை பின்பற்றினோம். பெனாசிர் அதை மாற்ற விரும்பினாள்.

“Ultra Young Audience” – என்று ஒரு புது யோசனையை முன்மொழிந்தாள். அதாவது கர்ப்பிணிப் பெண்களை மட்டுமே அரங்கத்துக்கு வரவழைத்து இசைக்குழுக்கள் பாடும்போது, வயிற்றில் இருக்கும் குழந்தையின் ரியேக்‌ஷனை தாய்வழி பதிவு செய்யும் முயற்சி.

“இது சந்திரபாபுவ கலாய்க்கற மாதிரி இல்ல?” – எனக்குத் தோன்றியது

“எல்லாத்தையும் தப்பாவே பாக்கதடா... ஒரு முறை முயற்சி பண்லாமே” – பெனாசிர் அடம்பிடித்தாள்.

“செல்லக்குட்டி... ஹெவிமெட்டல் பசங்கெல்லாம் இருக்காங்கடா. ரிஸ்க் எதுக்கு?” – மானசாவுக்கு பயம் வந்தது.

“கருவில் இருக்கும் குழந்தைகளுக்கு இதம் தரக்கூடிய சவுண்ட் ரேஞ்ச்லயே முழு நிகழ்ச்சியையும் நடத்துவோம். சின்னச் சின்ன இடைவெளில ஒரு மைல்ட் ஷாக் கொடுத்து உதைக்க வைப்போம்!” – ராகவன் ஒரு முடிவுக்கு வந்துவிட்டான். சந்திரபாபுவிடம் பேசி அனுமதியும் வாங்கிவிட்டான்.

பெனாசிரும் மானசாவும் பல மருத்துவமனைகளின் படியேறி, கர்ப்பிணிகளைக் கண்டுபிடித்துப் பேசி, உடன்பட வைத்து இந்த மூன்றாம் கட்டப் படப்பிடிப்புக்கு அழைத்துவந்தார்கள். பெண்கள் எல்லாருமே ஏழில் இருந்து எட்டு மாதங்கள். பார்வையாளர்களின் சராசரி வயது மைனஸ் இரண்டு. நானும் ராகவனும் முதல் நாள் மாலையே

படப்பிடிப்புத்தளத்தில் இசைக்குழுக்களைச் சந்தித்து, அவர்கள் யாருக்காக வாசிக்கப்போகிறார்கள், அது எப்படி இருக்க வேண்டும் என்பதைத் தெளிவுபடுத்தினோம்.

மூன்றாம் கட்டப்படப்பிடிப்பின் பூம் ஆப்ரேட்டராக நிலா சுந்தரம் வருகை தந்தான்.

"சட்டைல மாட்ற ew 100-ENG G3 lapel mike இருக்கும்போது இந்த ஒட்டடக்குச்சி MKH 416-P48U3 Boom Mike கண்டிப்பா தேவையா?"

தன் Boom Armஐ எடுத்துக்கொண்டு நிலா சுந்தரம் எங்களைக் கடந்தபோது, ராகவன் என்னைப் பார்த்து சத்தம் போட்டுக் கேட்டான். நியாயப்படி பார்த்தால், ஓர் இசைக்குழுவைப் படம்பிடிக்கும்போது சூழலின் அனைத்துத் துல்லியமான ஒலிச் செய்திகளையும் பதிவு செய்ய பூம் மைக்தான் சிறந்தது. ஆனால், கொடி காத்த குமரனைப் போல் அதை பிடித்துக்கொண்டு நிற்கும்போது வைட் ஷாட் வைப்பது சிரமம். மைக்கும் ஃபேரேமுக்குள் வந்துவிடும். ஆக, சட்டையிலோ சேலையிலோ மைக்ரோஃபோனை மாட்டி அதன் ட்ரேன்ஸ்மிட்டரை முதுகில் பதுக்கும் லேப்பல் மைக்குக்குதான் முன்னுரிமை. அதுவும் நிலா சுந்தரம் கையில் வைத்திருந்ததால் பூம் மைக்கை அன்று பயணற்றத் தொழில்நுட்பமாகக் கருதினோம்.

இசைக்குழுக்கள் தாங்களே எழுதிப்பாடும் பாடல்தான் அன்றைய சுற்று. அதுவரை இசைப்புலிகளாக அதிர வைத்தவர்கள் அன்று இசைமயில்களாகி குளிரவைத்தார்கள். அவர்களின் நெகிழ்ச்சியான பாடல்களைக் கேட்கும்போது என் வயிற்றிலும் ஒரு குழந்தையை என்னால் உணரமுடிந்தது.

பரவசமாக முன்னேறிக்கொண்டிருந்த படப்பிடிப்பின் ஒரு கட்டத்தில், நிலா சுந்தரம் தரையில் இருந்த ஒரு துணி மடிப்புத் தடுக்கி விழுந்து, பூம் கொடியின் கம்பம் இரண்டாக உடைந்துவிட்டது. அந்த நொடியில் உடைந்த 'ஆர்ம்'மைப் பற்றி நினைக்காமல், அதற்கு என்ன மாற்று என்று அவன் தேடத்தொடங்கினான். தளமே அவனுக்காக காத்துக்கொண்டிருந்தது. அந்த பிரமாண்ட காத்திருப்பால் அவன் செய்வது தெரியாமல் பிரமித்து நின்றான்.

நான் உடனடியாக வெளியே ஓடி, அரங்கத்துக்கு எதிரே இருந்த மளிகைக்கடையில் ஒரு நீண்ட துடைப்பம்

வாங்கி வந்தேன். அதை அவன் கையில் கொடுக்காமல் அருகில் வைத்துவிட்டு PCR பகுதிக்குத் திரும்பிவிட்டேன். துடைப்பத்தை ஒரு Boom Armஆக ஆக்கிக்கொண்டு அவன் பணி தொடர்ந்தது. முதல் கட்டப் படப்பிடிப்பில் நேர்ந்த தவறுகள் மீண்டும் நேர்ந்துவிடக் கூடாது என்பதற்காக, ஐந்து ஒளிப்பதிவாளர்களையும் நம்பாமல், ராகவன் AG-HPX250PJ என்ற தன் கையடக்க கேமிராவில் படம்பிடித்துக்கொண்டிருந்தான். அது யாரும் எளிதில் கையாளக்கூடிய highly ergonomic கேமரா. நிலா சுந்தரம் அவன் பூம் துடைப்பத்தை தெரியாமல் ராகவனின் கேமிரா மீது மோதியபோது முகத்தைத் திருப்பிக் கொண்டு மன்னிப்புக் கேட்டான். ராகவன் நகர்ந்துவிட்டான்.

சட்டெனப் பார்ப்பவர்களுக்கு மானசா ஏதோ உடற்பயிற்சி செய்துகொண்டிருந்ததாக தோன்றும். இடுப்பில் கைவைத்துக்கொண்டு, அப்படியும் இப்படியும் வளைந்து நெளிந்து, அவ்வப்போது தரையில் அமர்ந்து, தலையை மேலும் கீழும் ஆட்டி, அவள் செய்துகொண்டிருந்த ஆர்ப்பாட்டத்தின் பின்னணி என்ன என்பது எனக்கும் ராகவனுக்கும் மட்டும்தான் தெரியும்.

அவள் கூகுள் கண்ணாடி வழிதோன்றிய cotanct lense camera அணிந்திருந்தாள். பார்ப்பதற்கு கண்களில் பொருத்தும் lense போலத்தான் இருக்கும். அதில் இமையை விட மெல்லிய ஒரு ஆண்டெனா இருக்கும். இந்தக் கருவியின் மின்சாதனங்கள் கண்களின் கருவிழிக்கும் வெள்ளைப் பகுதிக்கும் வெளியில்தான் இயங்கும். அதனால் கண்களுக்கு எந்த பாதிப்பும் இல்லை. பார்த்துப் பார்த்து மானசா பதிவு செய்யும் காட்சிகளுக்கு, அவள் பாக்கெட்டில் இருந்த செல்போன்தான் ட்ரேன்ஸ்மிட்டர். அவள் செல்போனில் இருந்து வரும் ஒளித்தகவல்களை PCRல் ஒரு தனி சோர்சில் பதிவு செய்தோம். மங்கூஸ் மண்டைகள் குழுவில் ஒரு சோப்ளாங்கி பையனை இவள் அடிக்கடி சைட் அடித்ததை இந்த தொழில்நுட்பம் காட்டிக்கொடுத்தது.

ஜிம்மி ஆப்ரேட்டர் மட்டும் ஓரமாக உட்கார்ந்து ஃபேஸ்புக்கில் காணாமல் போயிருந்தார். அழைத்து விசாரித்தபோதுதான் தெரிந்தது அவருக்கு 5D கேமரா கொடுத்திருந்தார்கள். “ஜிம்மியின் உயரத்தில 5D ஃபோகஸ் இருக்காதுனு எத்தன தடவ சொல்லியிருக்கேன். இந்த நிகழ்ச்சில நாம மேக்சிமம் ஹைட்டான நாப்பத்து இரண்டு அடி போகப் போறோம்னு

நேத்தே சொன்னேனே. ஏன் இப்படி உயிர வாங்கறீங்க. உடனே ஒரு *360* கொண்டுவாங்க" என்று ராகவன் ஆப்ரேஷன்ஸ் டீம் பெரியவர்களுக்கு ஃபோனில் பணிவு காட்டினான். அடுத்த ஒரு மணிநேரத்தில் ஒரு *360* கேமரா வந்திறங்கியது.

"அந்த bio-string notesல நீ மேல போகும்போது உன்னோட voice noise viscosity கொஞ்சம் அடி வாங்கி gyri sulci குழம்புதுனு நினைக்கிறேன்" – Grilled chickens குழுவின் ஒரு பாடகியைப் பார்த்து நடுவர் எழிலரசன் சொன்னபோது PCRஇல் இருந்த சந்திரபாபு டாக் பேக்கில், "சர், சூப்பர் சர்! அந்த வார்த்தைய அடிக்கடி யூஸ் பண்ணுங்க சர்" – உணர்ச்சிவசப்பட்டார். நான் உடனே என் செல்போன் கூகுளில் அந்த வார்த்தைகளுக்கு அர்த்தம் தேடினேன். அது என் பள்ளிப் பாடங்களுக்கு என்னை அழைத்துச் சென்றது. நடந்து முடிந்த சம்பவங்களுக்கும் அந்த வார்த்தைகளுக்கும் என்ன தொடர்பு என்று நான் ஆராய்ச்சி செய்துகொண்டிருந்தபோது ஓர் இக்கட்டான காட்சி அரங்கேறியது.

கோழிக்குழம்பை அடையமுடியாது என்று தெரிந்தும் ஜன்னல் வழியாக எட்டிப் பார்க்கும் பூனையைப்போல சுந்தரம்பிள்ளை அரங்கத்திற்குள் வந்தார். ஒரு சிலர் அவருக்கு வணக்கம் சொன்னபோதும் அதைக் கண்டுகொள்ளாமல் கேமிரா இல்லாத ட்ரைபாட்போல அநாதையாக நின்றார். அவருக்கும் அந்த நிகழ்ச்சியில் உரிமை இருக்கிறது என்பதைக் காட்டிக்கொள்ளவே அவர் வந்திருந்தார். அதை புரிந்துகொண்டு ராகவன் ஒரு நாற்காலி எடுத்துப்போட்டு அமரச்சொன்னான். அவன் தோளில் தட்டிக்கொடுத்துவிட்டு அவர் வெளியேறிவிட்டார்.

மாலை தேனீர் இடைவெளியில் அரங்கத்திற்கு வெளியே இருந்த வளாகத்தில் நானும் பெனாசிரும் பிஸ்கெட் கடித்துக்கொண்டிருந்தபோது நிலா சுந்தரம் அருகில் வந்து நின்றான். என்னிடம் நன்றி சொன்னான். பேசிக்கொண்டிருந்த எங்களையும் மௌனமாக்கிவிட்டு தூணில் சாய்ந்துகொண்டான். வார்த்தைகளுக்கு செவிகொடுப்பதற்கு காதுகள் போதும். மௌனத்திற்கு செவிகொடுப்பதற்கு மனப்புலன் வேண்டும். அது பெனாசிரிடம் இருந்தது.

"நிலா இந்த எபிசோட் நல்லா வரும்னு நினைக்கிறேன் சூப்பரா பூம் ஆப்ரேட் பண்ண போ" – அவளுக்கு இதெல்லாம்

சர்வசாதாரணம். என்னால் துணையிசைத் தர முடியவில்லை. என் தேநீர் கோப்பையோடு நான் விலகிய போது நிலா சுந்தரம் என் சட்டையைப் பிடித்தான்.

“எல்லாத்துக்கும் ஒரு லிமிட் இருக்குடா... இப்ப என்னன்றீங்க?” – சுற்றியிருந்த அனைவரும் திரும்பிப்பார்க்கும்படி குமுறினான்.

என் தேநீர் கோப்பையை பெனாசிரிடம் கொடுத்துவிட்டு அவன் கன்னத்தில் ஓங்கி அறைந்தேன். அவனுடைய கண்ணாடி பறந்து எதிரில் வந்துகொண்டிருந்த மானசாவின் கைகளில் விழுந்தது. அவள் அதைக் கொண்டுவந்து நிலா சுந்தரத்தின் முகத்தில் மாட்டிவிட்டாள்.

இப்பொழுது நிலா, மானசாவை அறைந்தான். மானசா பதிலுக்கு என்னை அறைந்தாள். பெனாசிர் அவள் பிஸ்கெட்டை உடைத்து நிலா சுந்தரத்தின் முகத்தில் தேய்த்தாள்.

தன் கேமராவில் புது கார்ட் மாற்றிவிட்டு தாமதமாக வந்த ராகவனுக்கு எதுவும் புரியவில்லை. ஒரு தேநீர் கோப்பையை எடுக்கப்போனவனை நிலா சுந்தரம் எட்டி உதைத்தான். பதிலுக்கு உதைக்க வந்தவனை மானசா தள்ளிவிட்டாள். இந்த பைத்தியக்காரத்தனத்தை சில கர்ப்பிணி பெண்கள் இதுவும் படப்பிடிப்பின் ஒரு பகுதி என்றெண்ணி வேடிக்கை பார்த்துக்கொண்டிருந்தனர். தூரத்தில் புகைந்துகொண்டிருந்த சந்திரபாபு, நிலா சுந்தரத்தை முறைத்தார்.

“Making of இசைத்தளபதிகள் எபிஸோட்காக ப்ராக்டிஸ் சர்” – நிலா சுந்தரம் அவரைச் சமாதானப்படுத்தினான்.

டெக்னிஷயன்ஸ் எல்லாருக்கும் இரவு சாப்பாடு கொடுக்க வேண்டிய சூழல். ஆனால் பட்ஜெட்டில் இடமில்லை. இருபத்து மூன்று பேர் இருக்கிறார்கள். ஏழு சாப்பாடுதான் இருக்கிறது. என்ன செய்யலாம் என்று யோசித்தபோது நிலா சுந்தரம் ஒளியின் வேகத்தில் சென்று ஒரு சில ப்ளாஸ்டிக் கவர்களை வாங்கிவந்தான். ஒப்பனை அறைக்குள் சென்று ஏழு சாப்பாட்டு பைகளையும் பிரித்து அவற்றை இருபத்து மூன்று புதிய பைகளாக பார்சல் செய்தான். ஒவ்வொரு பையிலும் மிகக்குறைவான உணவே இருந்தது. ஊறுகாயைக் கூட நான்காக பிய்த்துப் போட்டிருந்தான். எதுவுமே இல்லாமல்

போவதற்கு இந்தப் பங்கு பிரித்தல் மேல் என்று தோன்றியது. ஆனால், பிரித்துக்கொடுத்தது எங்களைத் தவிர யாருக்கும் தெரியாது. எல்லாருக்கும் கொடுத்துவிட்டு நாங்கள் ஐந்து பேரும் பசியோடு நின்றோம். ஒப்பனை அறையில் ஒடுங்கிக் கிடந்தோம். ஏதோ ஞாபகம் வந்து பெனாசிர் அவள் பையை அவசரமாகத் திறந்தபோது ஒரு சிறிய பாத்திரத்தில் பர்வின் சித்தி ஊரில் இருந்து அனுப்பிவைத்திருந்த பிரட் அல்வா இருந்தது. மிகக் குறைவாக இருந்தது. ஒரு காக்காகூட அதை பிச்சையாக ஏற்காது.

"இதுலதான் ரெண்டு சொட்டு தேன்விடுவாங்கனு சொன்னியா? அல்வாவே இரண்டு சொட்டுதான் இருக்கு?"

அதையும் நாங்கள் விட்டுவைக்கவில்லை. பாத்திரத்தில் பல் பதியுமளவிற்குப் போராடினோம். கிடைத்ததை நாக்கில் தடவி, கொஞ்சம் தண்ணீர் குடித்து, பசியை ஏமாற்றி விட்டோம். எங்கள் ஆரவாரம் தாங்காமல் சந்திரபாபு ஒப்பனை அறையின் கதவைத் தட்டினார். அன்றுதான் அந்த அபாய மணி அடித்தார்.

"TAM rating வந்திருக்கு. சொல்லிக்கிற மாதிரி இல்ல. நாளைக்கு காலை பத்து மணிக்கு மீட்டிங் இருக்கு. ராகவன் be prepared."

ரேட்டிங் – தொலைக்காட்சி வட்டாரத்தில் எங்களுக்குப் பிடிக்காத வார்த்தை.

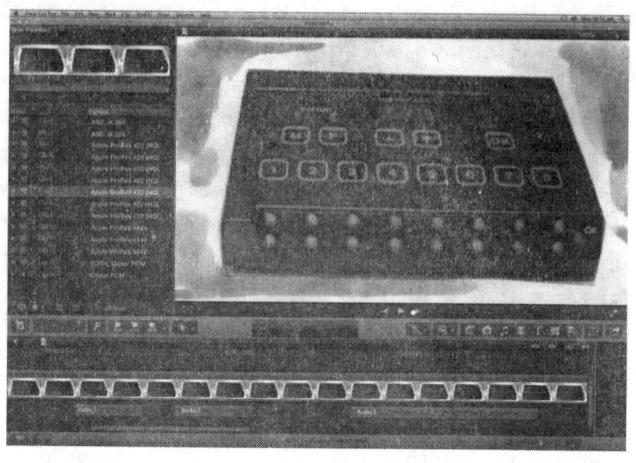

27

இந்த நூற்றாண்டின் முக்கியமான கண்டுபிடிப்புகள் இரண்டு. ஜனநாயகத்தளத்தில் பொதுமக்களின் தீர்ப்பை ஒழுங்குபடுத்திய மின்னணு வாக்கு எந்திரம். ஊடகத்தளத்தில் பொதுமக்களின் தீர்ப்பை ஒழுங்குபடுத்த முயற்சிக்கும் 'பீப்பில் மீட்டர்' (people meter). ஒன்று, சமூகத்தின் அரசியலை நிர்ணயிக்கிறது. மற்றொன்று, சமூகத்தின் கற்பனையை நிர்ணயிக்கிறது.

இந்தியாவில் ஒரு தொலைக்காட்சி நிகழ்ச்சியை எத்தனை பேர் பார்க்கிறார்கள் என்று கணக்கிடுவதற்கு தூர்தர்ஷன் ஏற்படுத்திய அமைப்புதான் DART - Doordharshan Audience Research Team. முப்பத்து மூன்று நகரங்கள் இதன் இலக்கு. தொழில்நுட்பம் வளராதபோது மனிதர்கள் மனிதர்களைச் சந்தித்து நிகழ்ச்சிகளைப் பற்றிக் குறிப்பெடுத்து கணக்கிட்டு ஒரு முடிவுக்கு வருவார்கள். 1994ஆம் ஆண்டு களமிறங்கிய Indian National Television Audience Measurement என்ற INTAM, 1997ஆம் ஆண்டு A.C.Nielsen துணையோடு உருவான TAM, இந்த இரண்டும் TAM என்ற பெயரிலேயே ஒருங்கிணைந்து பார்வையாளர்கள்

எண்ணிக்கையைக் கணக்கிடும் தனிப்பெரும் தனியார் நிறுவனமாக வளர்ந்தது. இந்த நிறுவனங்களும் DARTஐ போலவே டைரிக் குறிப்புகளாக தகவல்களைச் சேகரித்து நிகழ்ச்சிகளை மதிப்பிட்டன. டைரி பணிகள் 'Sweep Period' எனப்படும் ஒரு தொலைக்காட்சியின் உச்சக்கட்ட நிகழ்ச்சிப் பருவத்தில் மட்டும்தான் நடைபெற்றன. விடுமுறை நாட்களும் விழாக் காலங்களும்தான் எங்களுக்கு Sweep Period. 1986ஆம் ஆண்டு Nielsen கண்டறிந்த பீப்பில் மீட்டர் 2000த்தின் தொடக்கத்தில்தான் புழக்கத்தில் வந்தது. டைரி முறையைப் போல் இல்லாமல் 365 நாட்களும் இது இயங்கியது. தற்போது LPM எனப்படும் Local People Metreதான் நிகழ்ச்சிகளின் வெற்றி தோல்வியைப் பிரதிபலிக்கிறது.

அரண்மனையில் பல ஆண்டுகள் பணியாற்றியும் இளவரசியைக் காணாத காவலர்களைப்போல அன்று ராகவன் அறிமுகப்படுத்தும்வரை நாங்கள் யாரும் பீப்பில் மீட்டரைப் பார்த்ததில்லை. ஒரு செட்-டாப் பாக்ஸ்தான். அதில் சில கூடுதல் சேவைகள். அலாவுதீன் முதன்முதலில் விளக்கைத் தொட்டதுபோல பீப்பில் மீட்டரைத் தொட்டுப்பார்த்தேன்.

ஒரு நகரத்தில் குறைந்தபட்சம் 8000 வீடுகளில் இந்த பீப்பில் மீட்டர் பொருத்தப்பட்டிருக்கும். உடன் ஒரு ரிமோட் இருக்கும். ஒரு குடும்பத்தில் எத்தனை பேர் இருக்கிறார்களோ மீட்டர் பாக்ஸில் அத்தனை பட்டன்கள் இருக்கும்.

கணவன் பார்த்தால் 1, மனைவி 2, அண்ணன் 3, தங்கை 4 என்று ஒவ்வோர் உறுப்பினருக்கும் எண் இருக்கும். அண்ணன் டி.வி. பார்க்க வந்தால் பீப்பில் மீட்டரில் மூன்றை அழுத்தி விட்டு ரிமோட்டை பயன்படுத்திக்கொள்ள வேண்டும். அவர் என்னென்ன பார்க்கிறார் எவ்வளவு நேரம் பார்க்கிறார் என்ற குறிப்புகள் பீப்பில் மீட்டரில் பதிவாகி நிறுவனத்தின் ஒரு மைய கணிப்பொறிக்கு அனுப்பப்படும்.

இந்த முறையில் நிகழ்ச்சிகளின் பார்வையாளர்கள் வயதுவாரியாக கணக்கெடுக்கப்படுகிறார்கள். நிகழ்ச்சிகளை அடையாளப்படுத்த Frequency Monitoring மற்றும் Picture Matching என்று இரண்டு தொழில்நுட்பங்கள் உண்டு. ஒருவர் கலைஞர் டி.வி பார்த்துக்கொண்டிருந்தால் கலைஞர் டி.வியின் Frequencyஐ பதிவு செய்வது Frequency Monitoring.

கபிலன் வைரமுத்து

நிகழ்ச்சியின் காட்சிப் பிம்பத்தைப் பதிவு செய்வது Picture Matching. ஒரு சேனல் ஒளிபரப்பாகும் Frequencyயில் மாற்றம் நேர வாய்ப்பிருப்பதால் முதல் வகைப் பதிவை விட இரண்டாம் வகைப் பதிவுதான் சிறந்தது. இப்படி முப்பது நாட்கள் பதிவாகும் தகவல்களை ஒரு 'அல்காரித'த்தில் துவைத்து டி.ஆர்.பி. வெளியாகிறது.

"இத எப்படி கண்ண மூடிக்கிட்டு நம்பறது?" – பெனாசிர் கேட்ட கேள்வியைத்தான் மாருதி சுசுக்கி நிறுவனமும் கேட்டிருக்கிறது. ஆண்டுக்கு கிட்டத்தட்ட 200 கோடி ரூபாய்க்கு விளம்பரம் செய்யும் மாருதி நிறுவனம் அதில் 60 சதவிகிதத்தை தொலைக்காட்சி விளம்பரங்களுக்காக ஒதுக்குகிறது. TAM தகவல்களை முழுக்க நம்பி முதலீடு செய்ய முடியவில்லை என்பது அவர்கள் வருத்தம். பல நிறுவனங்கள் இப்படி வருத்தம் தெரிவிப்பதால் இந்தப் பணியை அரசே ஏற்கும் நிலை உருவாகி யிருக்கிறது. DARTஇன் மறுமலர்ச்சி போல் ஒரு BARC - Broadcasting Audience Research Council. தொலைக்காட்சிகளின் உதவியோடு அரசு சில முயற்சிகளைத் தொடங்கியிருக்கிறது. இந்தக் கதை முடிவதற்குள் TAM ஒரு வரலாறாக வாய்ப்பிருக்கிறது.

எழுத்தாளர் ஜெயகாந்தனிடம் ஒரு நிருபர், "அய்யா, அடுத்தது என்ன எழுதப் போறீங்க?" என்று கேட்டிருக்கிறார். அதற்கு ஜெயகாந்தன், "நான் ஏற்கெனவே எழுதின எல்லாத்தையும் நீ படிச்சிட்டியா?" என்று பதில் கேள்வி கேட்டார். பெனாசிரின் சித்தி பர்வீன் என்னை செல்போனில் அழைத்து, "வேற எதுவும் ஷோ பண்லையா?" – நிகழ்ந்து கொண்டிருக்கும் இசைத்தளபதிகளைப் பற்றி ஒரு வார்த்தைகூட பேசாமல் எதிர்காலத்தைப் பற்றி விசாரித்தார்.

நேரடியாக வரும் அழைப்புகள், ஃபேஸ்புக், ட்விட்டர் இவைகள்தான் எங்களுக்குத் தெரிந்த பீப்பில் மீட்டர். அந்த மீட்டர் வழி வந்த விமர்சனங்கள் எதுவும் ஆரோக்கியமாக இல்லை. நிகழ்ச்சி மிகவும் செயற்கையாக இருக்கிறது என்பது பொதுவான கருத்தாக இருந்தது. வெவ்வேறு வகை இசைக்குழுக்கள் ஒரே மேடையில் போட்டியிடுவதையும் அதை நடுவர்கள் வழங்கும் அசட்டுத்தனமான தீர்ப்புகளையும் ஏற்க முடியவில்லை என்று பலரும் மின்னஞ்சல் அனுப்பியிருந்தார்கள். ராகவன் ஆரம்பத்தில் எழுப்பிய அதே கேள்விதான். எங்களுக்கும் அதில் உடன்பாடுதான். பெரிய சந்திப்பிற்கு ராகவன் சென்று வந்ததும் ஐவரும்

காஞ்சனா பார்லரில் கூடினோம். ஆம்புலன்சின் கொண்டை போல சிவந்திருந்தது அவன் முகம்.

டி.ஆர்.பி. ஏன் குறைவாக வந்திருக்கிறது என்பதுதான் அவன் சென்றுவந்த சந்திப்பின் மையக் கேள்வி. ஆனால், அந்தக் கேள்விக்கு ராகவன்தான் பதில் சொல்லவேண்டும் என்று சபை எதிர்பார்த்ததை எங்களால் ஏற்றுக்கொள்ள முடியவில்லை.

"கூட சந்திரபாபு இருந்தாரா?" – தரையைப் பார்த்துக் கொண்டிருந்த ராகவனின் தோளில் கைவைத்துக் கேட்டேன்.

"இருந்தாரு. ஆனா எதுவுமே பேசல" – அவன் தலை நிமிரவில்லை.

மானசா பேசியது தானாக UPLINK ஆகி அனைத்துலகத்திற்கும் கேட்டிருக்கும். அவ்வளவு சத்தம். "எல்லாத்தையுமே நம்ம பொறுப்பில விட்டிருந்தா கேள்வி கேட்கலாம். பாதி ஷோவ அவங்கதான மாத்தியிருக்காங்க. அப்ப அவங்களும்தான பதில் சொல்லணும். நம்மள மட்டும் கேக்கறது என்ன நியாயம்? ஓபனா நீ சொல்லியிருக்கலாமே!"

"பேசறத்துக்கே இடம் கொடுக்கலையே. ஷோவோட டிராமாவ கொஞ்சம் குறச்சு இயல்பான சுவாரசியங்கள முன்னிலைப் படுத்தினா ரேட்டிங் ஹெல்த்தியா வர வாய்ப்பிருக்குனு இரண்டு வரி மட்டும்தான் சொன்னேன். அத வச்சு, அவங்களுக்குள்ள ஒரு விவாதம் தொடங்கி அவங்களும் தெளிவா பேசாம, என்னையும் பேசவிடாம செஞ்சிட்டாங்க. கடைசியா நாமதான் எல்லாத்துக்கும் காரணம்ன்ற மாதிரி மீட்டிங் ஷேப் ஆயிடுச்சு."

"கடைசி ரவுண்ட், இரண்டு ஃபைனல் இவ்வளவுதான் நாம் ஷூட் பண்ண வேண்டியிருக்கு அதுல எதாவது புதுசா செய்ய முயற்சிக்கலாம். ஏற்கனவே ஷூட் பண்ண எபிஸோட்ல எடிட்டிங்ல எதாவது மாயாஜாலம் செய்ய முடியுமானு நான் ட்ரை பண்றேன். இவ்வளவுதான் possibilities" வேறு சாத்தியங்கள் இருப்பதாக எனக்குத் தெரியவில்லை.

"பாயின்ட். ஆனா, புதுசா முயற்சிக்கலாம்னு சொன்னியே அதுக்கெல்லாம் நமக்கு சுதந்திரம் இருக்கும்னு நினைக்கிறியா?" – நிலா சுந்திரத்துக்கு நம்பிக்கையில்லை. நானும் ராகவனும் அவனை உற்றுப்பார்த்தோம்.

“நாம எதாவது மாத்த நினைச்சா அத இரண்டாவது சீசன்ல செய்யலாம். முதல் பத்து எபிஸோட் ஒளிபரப்பான பிறகுதான் ஒரு நிகழ்ச்சி அறிமுகமாகுது. அது டேக் ஆஃப் ஆகிறது அடுத்த பத்து எபிஸோட்ல தான். ஆரம்ப ஒளிபரப்போட டி.ஆர்.பி.ய வச்சு இப்ப பேசிக்கிட்டு இருக்காங்க. அடுத்து வரப்போகும் ரேட்டிங் நல்லாவே வரலாம். அதனால ரொம்ப அவசரப்படாம சுந்தரம்பிள்ளை சந்திரபாபு இரண்டு பேரையும் அரவணைச்சு இதே ரூட்ல போறது நல்லது. அதுவே போதும்” – நிலா சுந்தரம் ஓர் அனுபவ தொனியில் பேசினான்.

“சந்திரபாபுவ யாராவது கடத்திட்டுப் போயிட்டா, நமக்கு ரொம்ப வசதியா இருக்கும்” – பெனாசிர் அனிமேட்டானாள்.

“வெரி ட்ரூ. நேத்து கூட ஷூட்டிங்ல கர்ப்பிணி பெண்கள் யாரும் சரியா ரியாக்ட் பண்ணலனு சொல்லி, அவங்கள அவர் வேல வாங்கின விதம்... சே, கொடுமையா இருந்தது. உள்ள இருக்கிற குழந்தைகள் வெளிய வந்து அவர் மூஞ்சி மேலயே மூத்திரம் பேஞ்சா நல்லா இருக்குமேனு தோணுச்சு. அந்தப் பெண்கள கூட்டிட்டு வந்ததுக்காக ரொம்ப கில்டியா ஃபீல் பண்ணேன்!” மானசா வருந்தினாள்.

“அந்த டைம்லதான் சுந்தரம் பிள்ளை உள்ள வந்தார். அவருக்கும் அது பிடிக்கல. உடனே வெளிய போயிட்டார்” மானசாவின் வருத்தத்துக்கு ராகவன் அதிகார தகுதி சேர்த்தான்.

பல வார ஒளிபரப்புக்குப் பின், நிலா சுந்தரம் சொன்னது போல நல்ல ரேட்டிங் வந்தது. ஒரு நிகழ்ச்சி பேசப்படுவதற்கு அதன் தொடர்ச்சி முக்கியம் என்பது புரிந்தது. நிகழ்ச்சியின் முன்னேற்றித்திற்கு காரணம் நாங்கள் உருவாக்கிய சில இயல்பான உணர்வு காட்சிகளே என்பதை எங்களால் நிரூபிக்க முடியவில்லை. மினிட் வைஸ் டி.ஆர்.பி.யால் அதைச் செய்ய முடியும் என்றபோதும், அந்தத் தகவல்களை அணுக எங்களுக்கு அனுமதி இல்லை. இந்த முன்னேற்றத்திற்கு பின்னும் ஒப்பந்தத்தையும் மீறி ஒரு சில விளம்பரதாரர்கள் விலகிக்கொண்டார்கள். நான்கு வார ஒளிபரப்பு பாக்கி இருந்தது.

“வருமான ரீதியில் நிகழ்ச்சி தோல்விதான்” என்று சந்திரபாபு சகத் தயாரிப்பாளர்களிடம் புலம்பிக்கொண்டிருந்தார்.

சினிமாவில் ‘சக்ஸஸ் மீட்’ வைப்பது போல் நாங்கள் ‘சுமாரான சக்ஸஸ் மீட்’ வைத்தோம்.

கிழக்குக் கடற்கரைச் சாலையின் ஃபார்ம் ஹவுசில் நாங்கள் கூடிய அந்த மாலைப்பொழுதில், ஒரு குழந்தையின் பிறந்தநாள் விழா நடந்துகொண்டிருந்தது. பலூன்களை எட்டி உதைத்துக்கொண்டு உள்ளே சென்றோம். விழா மேடையில் சிறுவர்கள் சிலர் பல்வேறு கருவிகளோடு ஓர் இசைக்குழுவாக இயங்கிக் கொண்டிருந்தார்கள். ரெஸ்டரண்டுக்குப் பின்னால் இருந்த விழா வளாகத்தில் சில நிமிடங்கள் நின்று அந்த இசையை ரசித்துக்கொண்டிருந்தோம். எங்களைக் கடந்துபோன இரண்டு பெரியவர்கள், "எல்லாம் மாடப்புறா டி.வி. செய்யற வேல" என்று அவர்களுக்குள் பேசிக்கொண்டு போனார்கள். அந்த வார்த்தைகளுக்கு எந்த டி.ஆர்.பி.யும் ஈடாகாது.

"அதெப்படிடா, கரெக்டா இந்தத் தவில்காரங்க காதுல விழற மாதிரி சொல்லிட்டுப் போறாங்க?" – மானகவுண்டசா பெருமிதம் கொண்டாள்.

"சரி உள்ள போலாம். இங்கயே இருந்தா ஆட்டோகிரஃப் போட்டோகிரஃப்னு பொதுமக்கள் நம்மள விடமாட்டாங்க. I need Piracy" – நிலா சுந்தரம், தப்புத்தப்பாக வசனத்தில் பறந்தபோது செடிகளின் மறைவில் உறங்கிக்கொண்டிருந்த நாய் கண் திறக்காமல் குரைத்தது.

வேகாத வெற்றிகளைக் கொண்டாடிய பொழுதுகள் அன்றோடு முடிந்தன. எங்கள் வாழ்க்கையில் நாங்கள் மறக்க நினைக்கும் ஒரு எபிஸோட் ஆரம்பமானது.

28

எனக்கும் பெனாசிருக்கும் அடிக்கடி வாக்கு வாதம் வரும். ஆனால் எந்த வாதத்தையும் நாங்கள் அந்தரத்தில் விட்டதில்லை. Butterfly effectஆக இருந்தாலும் Butter Biscuit பற்றியதாக இருந்தாலும் முற்றுப்புள்ளி வைக்காமல் எழமாட்டோம்.

எங்கள் இருவரின் எதிர்காலம் பற்றி அன்று மாலை நடந்த ஒரு பேச்சுவார்த்தை மட்டும் பேய் இறங்கவில்லை. தன் மாமா துபையில் பெரிய பில்டராக இருப்பதாகவும், அவர் பணியாற்றும் நிறுவனம் தன் சேவையை உலகத்தின் பல நாடுகளிலும் விரிவுபடுத்த சில கோடி செலவில் புதிய விளம்பரங்களைத் தயாரிக்க இருப்பதாகவும், அந்தப் பணியில் ஈடுபட பெனாசிரை அழைத்ததாகவும் சொன்னாள். இருவருமே இந்த வேலையை ராஜினாமா செய்துவிட்டு துபை செல்ல விருப்பம் தெரிவித்தாள். வெவ்வேறு வார்த்தைகளில் நான் முடியாது என்று சொல்லி பிடிகொடுக்காமல் இருந்தது அவளுக்குப் பிடிக்கவில்லை. அதன் உச்சகட்டமாக,

"உனக்கு அந்த வேல வேணும்னா நீ போ. நான் உன்ன தடுக்கமாட்டேன்" – இப்படி நான்

சொன்னதும் அடுத்த நொடி அவள் நாற்காலியில் இருந்து எழுந்துவிட்டாள்.

“உன்னால எப்படி டெரன்ஸ் இத சொல்ல முடிஞ்சுது? எடிட்டிங் சூட்லயே உக்காந்துகிட்டு இருக்கிறதால உன்னால வாழ்க்கைய பல மாதிரி கட் பண்ணி பாக்க முடியும். என்னால முடியாது!” – கண்ணீர் வழிந்தது

“பெனாசிர் உன் கண்ல கண்ணீர் வர்ற அளவுக்கு நான் எதுவும் தப்பா சொல்லலயே. உடனடியா எதுவும் முடிவு எடுக்க முடியாது. கொஞ்சம் டைம் கொடுப்போம். இப்படி நீ அடம்பிடிக்கிறது நல்லா இல்ல” – நாக்கைக் கடித்துக்கொண்டேன். அவள் சத்தியமாக அடம்பிடிக்கவில்லை. கனிவாகத்தான் கேட்டாள். தன் கண்களைத் துடைத்துக் கொண்டு கோபத்தோடு வெளியேறினாள்.

அவளோடு நான் உரையாடும்போதெல்லாம் தூரத்தில் ஒரு குற்றவாளிக்கூண்டு காத்துக்கொண்டிருக்கும். உரையாடல் முடியும்போது பெரும்பாலும் அது காணாமல் போகும். சிலசமயங்களில் அந்தக் கூண்டு அருகில் வந்து என்னை அதில் ஏற்றிக்கொள்ளும். ஒருமுறையும் அவள் அருகில் அது சென்றதில்லை என்பதுதான் அவளது தனித்திறன். கை நிறைய குற்றவுணர்ச்சிகளோடு ஒரு வாரம் குறைந்தது.

சில நாட்களாக பெனாசிர் யாரிடமும் பேசவில்லை. அவள் எத்தனை மணிக்கு அலுவலகம் வருகிறாள், எத்தனை மணிக்குத் திரும்புகிறாள்... யாருக்கும் தெரியவில்லை. என் செல்பேசி அழைப்பை அவள் தொடர்ந்து துண்டித்துக்கொண்டிருந்தாள். எஸ்.எம்.எஸ். அனுப்பினால் டெலிவரி ரிப்போர்ட்கூட வரவில்லை. எனக்கு அடுத்தபடியாக, மானசாதான் பெனாசிருக்கு நெருக்கம். அவளிடம் விசாரித்தபோதும் தகவல் இல்லை.

“ஊடலா?” என்று ராகவன் என்னிடம் விசாரித்தபோது ‘ஆம்’ என்று வாய்வரவில்லை. ஈவு இரக்கமற்ற இடைவெளியை ஏற்படுத்தும் அளவுக்கு, அந்தக் கடைசிப் பேச்சுவார்த்தைக்கு சக்தி இருந்ததாக நான் நம்பவில்லை.

நானும் நிலா சுந்தரமும், பெனாசிர் தங்கியிருந்த மகளிர் விடுதிக்குச் சென்றோம். ‘அவள் நான்கு நாட்களாக விடுதிக்கு வரவில்லை’ என்ற செய்தி கேட்டு என் தலை

வெடித்தது. விடுதியின் வாசலுக்கு வந்தபோது பெனாசிரின் சித்தி பர்வீன் செல்பேசியில் அழைத்தார். "அவ ஏன்ப்பா ஃபோனே எடுக்க மாட்றா? பாத்தா எனக்குக் கொஞ்சம் பேசச் சொல்லு" என்று சொன்னபோது, இரத்த அணுக்களில் பனிக்கட்டிகள் முளைத்தன.

குரோம்பேட்டையில் அவள் சித்தியின் தோழி வீட்டுக்குச் சென்று பார்த்தோம். 'சித்தி ஊருக்குப்போன பிறகு அவள் இங்கு வரவில்லை' என்று நாங்கள் எதிர்பார்த்த பதிலைத்தான் அவர்கள் சொன்னார்கள். அவளைக் காணாத ஒவ்வொரு நொடியிலும் அவள் கடைசியாகச் சிந்திய கண்ணீரில் நான் மீண்டும் மீண்டும் நனைந்துகொண்டிருந்தேன்.

அலுவலத்தில் எங்கள் வட்டத்தைத் தாண்டி எல்லா தயாரிப்பாளர்களிடமும் விசாரித்தோம். அப்படி ஒருத்தி இருக்கிறாள் என்பதே பல பேருக்குத் தெரியவில்லை. அலுவலகம் இருக்கும் பகுதியைச் சுற்றி வளைத்துத் தேடினோம். விபத்து ஏதேனும் நேர்ந்திருக்குமோ என்றெண்ணி சுற்றுவட்டார மருத்துவமனைகளில் ஒரு படுக்கை விடாமல் ஊடுருவி பார்த்தோம். பெனாசிரைக் காணவில்லை. அவளையும் மீறி ஏதோ நடந்திருப்பதாக என் உள்ளுணர்வு சொல்லியது.

செய்வது தெரியாமல் ப்ரியங்க டீ வேர்ல்டில் வெளுத்த முகங்களொடு வியர்த்துக் கிடந்தபோது என் வலதுகால் எதையோ மிதித்து 'நறுக்'கென்று சத்தம் கேட்டது. காலை விலக்கிப் பார்த்தபோது ஒரு ஆரஞ்சு நிற வளையல் உடைந்து கிடந்தது. அதில் ஒரு துண்டை மட்டும் கையில் எடுத்தேன். அது பெனாசிரின் வளையல் என்று என்னால் உறுதியாகச் சொல்லமுடியவில்லை. ஆனால், அவள் கைகளில் அதைப் பார்த்திருக்கிறேனோ என்று பயம் வந்தது.

அந்தக் கணத்தில், அகிலாண்டம் பாட்டி சொன்ன தகவல் என் நரம்புகளில் அணுகுண்டு வீசியது. நான்கு நாட்களுக்கு முன் அதே இடத்தில் பெனாசிர் மட்டும் தனியாக தேநீர் பருக வந்திருக்கிறாள். அப்பொழுது அவளைப் பின் தொடர்ந்து வந்த இன்னொரு மனிதர் அவள் கைகளைப் பிடித்து ஏதோ கேட்டிருக்கிறார். அந்தச் சமயத்தில்தான் இந்த வளையல் உடைந்திருக்க வேண்டும். பெனாசிர் மறுத்ததும் அந்த மனிதர் ஒரு வார்த்தைகூட பேசாமல் திரும்பிவிட்டார்.

அகிலாண்டம் பாட்டி அந்த நடுத்தர வயது மனிதரின் அங்க அடையாளங்களைச் சொல்லச் சொல்ல நான் மானசாவின் கண்களையே பார்த்துக்கொண்டிருந்தேன். அவள் மண்ணையே பார்த்துக்கொண்டிருந்தாள். நாங்கள் யாரைத் தேடவேண்டும் என்பது அப்பொழுதுதான் புரிந்தது.

"இத பார், பெனாசிர் உடம்புல ஒரு சின்ன சிராய்ப்பு ஏற்பட்டிருந்தாலும் உன் மாமாவ மட்டும் இல்ல உன்னையும் உயிரோட புதச்சிருவேன்!"

மானசாவிடம் உருமிவிட்டு அலுவலகத்துக்கு விரைந்தேன். "அவளுக்கு எதுவும் நடந்திருக்காது" – நிலாவும் ராகவனும் என் தோளில் தட்டிக்கொடுத்து உடன் வந்தார்கள். மானசா, கண்களின் நீரை அடக்கிக்கொண்டு நின்ற இடத்திலேயே நின்றாள். நாங்கள் அலுவலகமெங்கும் தேடிப்பார்த்தும் பட்டாபிராமனைக் காணவில்லை. படியிறங்கியபோது மானசா காத்திருந்தாள்.

"மாமா வீட்ல இருக்காரு. பெனாசிரும் அங்கதான் இருக்கா!"

அதிர்ச்சியைக்கூட அலட்சியப்படுத்திவிட்டு பெல்ட்டை உருவிக் கழுத்தில் போட்டுக்கொண்டு பல்சரை உதைத்தேன்.

பட்டாபிராமன் வீட்டுக் கதவை விரல்களால் தட்டும் பொறுமையின்றி கால்களால் உதைத்தேன். உள்ளே அவர் மனைவி ஒரு நாற்காலியில் அமர்ந்து வாரப் பத்திரிகையை புரட்டிக்கொண்டிருந்தார். என்னைப் பார்த்ததும் அவர் "கதவ தட்டியிருக்கலாமே" என்று சிரித்தார். அவர் கையில் இருந்த பத்திரிகையை பிடுங்கி வீசி எறிந்தேன். அது எனக்குப் பின்னால் ஓடிவந்து நின்ற மானசாவின் முகத்தில் பட்டு தரையில் விழுந்தது. சமையலறையில் சாம்பார் சரிபார்த்துக் கொண்டிருந்த பட்டாபிராமன் கரண்டியோடு ஓடி வந்தார்.

"என்ன தம்பி இதெல்லாம்..!"

"உன்ன சாவடிக்காம விடமாட்டேண்டா!" – அவருடைய சட்டையைப் பிடித்துக் கிழித்து, சுவரோடு சுவராகச் சாய்த்தேன்.

"பெனாசிர் எங்க? சொல்லுடா... பெனாசிர் எங்க?"

பரபரப்பான போக்குவரத்து நெரிசலுக்கிடையே சாலையோர மரத்தில் சத்தமில்லாமல் ஒரு பூ பூத்ததுபோல்

பக்கத்து அறையிலிருந்து பெனாசிர் தோன்றினாள். நான் பட்டாபிராமனின் சட்டையை இறுகப் பற்றியிருப்பதைப் பார்த்தவள், ஓடிவந்து என் கைகளைத் தளர்த்தினாள்.

"அவர் மட்டும் காப்பாத்தலனா, என்ன நீ மறுபடியும் பாத்திருக்க முடியாது, டெரன்ஸ்!"

காப்பாற்றினாரா? இவரா? யாரிடமிருந்து? எங்கள் யாருக்குமே புரியவில்லை. நான் கேட்காமலே அந்தக் கேள்விகளை பெனாசிர் புரிந்துகொண்டாள். பட்டாபிராமன் எல்லாரையும் அமரச்சொன்னார்.

"சாம்பார் கொதிச்சுக்கிட்டு இருக்கு நீங்க பேசிக்கிட்டு இருங்க..." – சமையலறைக்குத் திரும்பிவிட்டார்.

"பெனாசிர், என்ன நடக்குது? இத்தன நாள் நீ எங்க இருந்த? எனக்கு இன்னும் பயமாத்தான் இருக்கு!" என் கேள்விகள் தொடர்ந்து குட்டிப்போட்டுக்கொண்டிருந்தன.

நீண்ட நாட்களாக காணாமல் போயிருந்த அவள் முகத்தின் மீது என் பார்வை கூடாரம் போட்டது. அவளுக்கு எந்த பாதிப்பும் ஏற்படவில்லை என்பதை அவள் குரலும் மொழியும் உறுதிப்படுத்தின.

"நாம இத்தன நாளா நினச்சிகிட்டு இருந்த மாதிரி மானாசாவோட மாமா தப்பானவர் இல்ல. ஆனா, சூழ்நிலைக் காரணமா தப்புக்கு உடந்தையா இருக்கிறார்" பெனாசிர் மென்மையாகப் பேசினாள்.

"யாரோட தப்புக்கு உடந்தையா இருக்கார்?"– அந்த மாலைப்பொழுதின் அதிமுக்கியமான கேள்வியை ராகவன்தான் கேட்டான்.

"மார்க்கெட்டிங் மேனேஜர் பிரேம்!" பெனாசிர் சொன்ன அந்த பெயருக்கு, எங்கள் பிம்ப அறிவில் உடனடியாக உருவம் எதுவும் தோன்றவில்லை. பிரேம் என்பவரை நாங்கள் அடிக்கடி சந்தித்ததில்லை. பெரிய சந்திப்பில் மட்டும் ஓரிரு முறை பார்த்திருக்கிறோம். மனதில் பதியுமளவுக்கு அது சுவாரசியமான முகம் இல்லை. ஒரு விசித்திரத்தில் விழுந்த எங்களை பெனாசிர் மெல்ல மெல்ல இன்னொரு உலகத்துக்கு அழைத்துச் சென்றாள்.

பிரேம் ஒரு கைமாண். திருமணமாகி விவாகரத்தானவர். 'என் கணவர் உடலுறவுக்குத் தகுதியற்று இருப்பதால் அவரைவிட்டு விலகுகிறேன்' என்று அவர் மனைவி ஃபேஸ்புக்கில் போஸ்ட் செய்துவிட்டார். இதனால் மனநலம் பாதிக்கப்பட்டு சில ஆண்டுகள் சிகிச்சையில் இருந்த பிரேம், மாடப்புறா தொலைக்காட்சியின் மூன்றாவது உரிமையாளருக்கு நெருங்கிய நண்பரானார். பிரேம் குணமடைந்து வந்ததும் தொலைக்காட்சியின் சேல்ஸ் டீமில் உறுப்பினராகச் சேர்ந்தார். மெல்ல மெல்ல மார்க்கெட்டிங் மேனேஜராகப் பதவி உயர்ந்தார். அது மட்டுமின்றி நிகழ்ச்சிகளின் வடிவமைப்பிலும் ஆதிக்கம் செலுத்துவதற்கு மூன்றாவது உரிமையாளர் இவருக்கு முழு சுதந்திரம் கொடுத்தார். அந்தத் தருணத்தில் பணியில் சேர்ந்த சந்திரபாபுவை பிரேம் தன் எடுபிடியாக்கினார். பிரேமின் கணிப்பொறிக்கு சந்திரபாபு எலியானார்.

அதிகாரம் ஓர் அபூர்வப் பறவை. அது யார் தோள்களில் அமர்கிறதோ அவர்களுக்கு உலகமே ஒரு திராட்சையாகத் தெரியும். பசியும் ருசியும் அதிகரிக்கும். நிகழ்ச்சி வடிவமைப்பில் ஈடுபடத் தொடங்கிய பிரேம், தொகுப்பாளர்களாக வந்த பெண்களைச் சந்திக்கத் தொடங்கினார்.

ஓரிரு பெண் தயாரிப்பாளர்கள் மீது தனி ஆர்வம் காட்டினார். அவர்களை தன் அறைக்கு அடிக்கடி அழைப்பார். அவர்கள் வருவதற்கு சில நிமிடங்கள் முன்னே ஏசியை அணைத்துவிடுவார். அந்த சின்ன அறையில் சில மணித்துளிகளில் வேர்த்து போகும் பெண்களைப் பார்த்து "ரொம்ப சல்ட்ரியா இருக்குல துப்பட்டாவ வேணா கழட்டி கைல வச்சுக்கோ" என்று ஆலோசனை வழங்குவார்.

"ஷோ அப்டேட் சொல்லுமா" என்று சொல்லிவிட்டு அவர்களின் அங்கங்களை ரசித்துக்கொண்டிருப்பார். பெண்களின் டிஷர்ட்டில் இருக்கும் வாசகங்களை, "அது என்னது அது..." என்று தொட்டுப்பார்த்துப் படிப்பார்.

தன் அறையில் இருக்கும் சிசிடிவி கேமரா வழி தனக்குப் பிடித்த பெண்களின் மீது கவனம் செலுத்துவார். அவர்களில் யாராவது அன்று புடவை கட்டி வந்திருந்தால் உடனே சந்திரபாபு மூலமாக அவர்களை தன் அறைக்கு வரச்செய்வார். பெண்களின் செல்பேசி எண்களை வாங்கிக்கொண்டு இரவு பதினொரு மணிக்கு மேல் அவர்களை அழைப்பார்.

தழுதழுக்கும் குரலில் நிகழ்ச்சிகளைப் பற்றி விவரம் கேட்பார். விரசமான நகைச்சுவை செய்திகளை எஸ்.எம்.எஸ். அனுப்புவார். பெண்களின் பிறந்தநாட்களை மறக்காமல் அவர்களுக்கு நிர்வாண பொம்மைகளை பரிசளிப்பார்.

அவருடைய ஹிட் லிஸ்ட்டில் ஒரே ஒரு பெண்ணைத் தவிர யாரும் அவருக்கு உடன்படவில்லை. உடன்பட்டுவிட்டதால் அந்தப் பெண்ணை அவர் கண்டுகொள்ளவில்லை. பெரும்பாலான பெண்கள் சாமர்த்தியமாக விலகி நின்றார்கள். அவர் சட்டையைப் பிடித்து கெட்டவார்த்தை பேசிய பெண்கள் பணிநீக்கம் செய்யப்பட்டனர். இந்த உண்மைகளை வெளியில் சொன்னால் தங்கள் பெயருக்கு அவமானம் ஏற்படுமென்று பெண்கள் சிலர் புழுங்கித் தவித்தார்கள். பிரேமின் ஹிட் லிஸ்டில் கடைசியாக சேர்ந்திருக்கும் பெயர்... பெனாசிர்.

பெனாசிருக்கு என்னைப் பிடித்திருக்கிறது என்பதைப் புரிந்துகொண்டு ஒரு மாத காலமாக பிரேமும் இரண்டு சட்டைகள் அணிந்து வந்திருக்கிறார். நாங்கள் யாருமே அதை கவனிக்கவில்லை. பெனாசிரின் சித்தி சென்னைக்கு வந்திருந்தபோது அவள் ஒருநாள் விடுப்பு எடுக்க விரும்பினாள். அதற்கு சந்திரபாபுவிடம் அனுமதி கேட்டபோது “இந்த டைம்ல நீ லீவ் எடுக்கணும்னா பிரேம்சாரதான் கேக்கணும்” என்று திசைதிருப்பிவிட்டார். அவர் இயல்பாகத்தான் சொல்லியிருக்கிறார். “எதுக்காக லீவ்?” என்று பிரேம் கேட்டிருக்கிறார். “சித்திய புடவை கடைகளுக்கு கூட்டிட்டு போகணும்” என்று வெளிப்படையாகப் பேசியிருக்கிறாள்.

தான் விண்ணப்பத்தில் கையெழுத்திட வேண்டுமெனில் பெனாசிர் இரண்டு நாட்கள் கழித்து ஒரு புதிய புடவையைக் கட்டிக்கொண்டு தன் அறைக்கு வரவேண்டும்... அதுவும் ஸ்லீவ்லெஸ் ஜாக்கெட் அணிந்திருக்க வேண்டும் என்று கண்டிப்பாகச் சொல்லியிருக்கிறார்.

அந்த நேரத்தில் சம்மதித்த பெனாசிர், அதற்குப் பின் அவரைப் பார்க்கவில்லை. பெனாசிரின் செல்பேசிக்கு பிரேம் பலமுறை அழைத்திருக்கிறார். பதில் இல்லை. தொல்லை எல்லை மீறவே பெனாசிர் அலுவலகத்துக்கு வருவதையே தவிர்த்துவிட்டாள். பிரேமின் ராஜ்ஜியத்தில் சந்திரபாபு எடுபிடி என்றால், பட்டாபிராமன் அடியாள்.

பிரேம் யார் மீதெல்லாம் ஆசை வைக்கிறாரோ அந்தப் பெண்ணிடம் பேசி சம்மதிக்க வைப்பதுதான் பட்டாபிராமனின் வேலை. ஒருவேளை சம்மதிக்காமல் போனால், வலுக்கட்டாயமாக இழுத்து வருவது அவர் பணி. இப்படித்தான் பிரேம் நினைத்துக் கொண்டிருந்தார். ஆனால் பிரேமுக்கே டிமிக்கி கொடுத்து பட்டாபிராமன் பல பெண்களைக் காப்பாற்றியிருக்கிறார். எந்த வழியில் பயணித்தால் பாதிக்கப்படாமல் தப்பிக்க முடியுமென பட்டாபிராமனுக்குத் தெரியும்.

பெனாசிரின் பிரச்னைக்கு ஒரு தீர்வு காண்பதற்காக அவளை பட்டாபிராமன் அழைத்தபோது அவள் மறுத்துவிட்டாள். அதற்குப் பின் உண்மையறிந்து தானே அவர் வீட்டுக்கு வந்திருக்கிறாள். அலுவலக வட்டாரத்தில் பிரேம் செய்யும் தவறுகளுக்கு பட்டாபிராமன் பழி ஏற்றார். பிரேமிடம் எப்பொழுதோ பட்ட கடனை பட்டாபிராமன் அவப்பெயர் சம்பாதித்து அடைத்துக்கொண்டிருந்தார்.

கடந்த வாரம் சில விளம்பரதாரர்கள் எங்கள் நிகழ்ச்சியில் இருந்து விலகிக்கொண்டதற்கு காரணம் டி.ஆர்.பி. அல்ல. அந்த நிறுவனங்களிடம் பிரேம் வழக்கமாக வாங்கும் கமிஷனை விட இரண்டு மடங்கு கேட்டிருக்கிறார். அவர்கள் மறுத்திருக்கிறார்கள். மறைந்துவிட்டார்கள். நிர்வாகத்துக்கு இந்த உண்மைகள் தெரிந்தும் அவர்கள் கண்டுகொள்ளாமல் இருப்பதற்கு அவர்களுக்குள் இருக்கும் பிளவுதான் காரணம்.

"அடேங்கப்பா ஒரு கருப்பு ஆடு யாருனு கண்டுபிடிக்க வந்தா சிவப்பு ரோஜாக்களா வருது" – நிலா சுந்தரம் கன்னத்தில் கை வைத்தான்.

சகித்துக்கொள்ள முடியாத சம்பவங்களால் பெனாசிரும் பட்டாபிராமனும் அந்த அறையை நிரப்பிக்கொண்டிருந்தார்கள். பிரேம் எதிரில் பெனாசிர் தவித்துக்கொண்டிருந்த காட்சியைத் தவிர வேறெதுவும் என் மண்டையில் ஏறவில்லை. என் ரத்தத்தில் சுடவில்லை. இரண்டு பேரும் துபை செல்லலாம் என்று பெனாசிர் அழைத்ததற்கும் "நீ வேணும்னா போ" என்று நான் சொன்னபோது அவள் கண்ணீர் வடித்ததற்கும் அத்தனை ரணமான பின்னணி இருக்குமென்று நான் கற்பனை செய்யவில்லை. என் கண்கள் சிவப்பதை என்னால் தவிர்க்க முடியவில்லை. கழுத்தில் இருந்த பெல்ட்டை அழுத்திப்பிடித்துக்கொண்டு எழுந்தேன்.

“டெரன்ஸ், உன் மனசுல என்ன ஓடிக்கிட்டு இருக்குனு தெரியும். கொஞ்சம் பொறுமையா இரு. இத ஸ்மார்ட்டா டீல் பண்ணுவோம்” – மானசா என் தோள்களைப் பிடித்தாள். அவள் கைகளை உதறினேன்.

“யாராவது என்னத் தடுத்தீங்கனா தூக்கிப் போட்டு மிதிச்சிருவேன். வழி விடுங்க!”

பெனாசிர் என் கைபிடித்தாள். என் கண்களைப் பார்த்து ‘வேண்டாம்’ என்பதுபோல் தலையசைத்தாள். அவள் கண்களில் இருந்து வழிந்த நீர் என் மணிக்கட்டில் பொங்கியிருந்த நரம்பில் விழுந்தது.

“டெரன்ஸ், எங்கள விட உனக்கு அதிகம் கோபம் இருக்குன்றதால எங்களுக்குக் கோபமே வர்லனு நினைக்காத. திருப்பி அடிக்கிறத விட உங்க இரண்டு பேரோட எதிர்காலம் முக்கியம்” ! அந்த அறையின் உணர்ச்சிகளை ராகவன் கட்டுப்படுத்தினான்.

“திருப்பி அடிக்கிறது முக்கியமில்ல. திருப்தியா அடிக்கிறது முக்கியம்” ! படபடப்பான நேரத்தில் பஞ்ச் பேசிய நிலா சுந்தரத்தை முதுகில் தட்டிக்கொடுத்து சாந்தப்படுத்தினார், பட்டாபிராமன்.

பட்டாபிராமனின் மனைவி சில பலகாரங்களைக் கொண்டு வந்து அடிக்கினார். லைம் ஜூஸ் பிழிந்து வந்தார். அந்த வாரம் ஒளிபரப்பான நிகழ்ச்சியைப் பற்றி பேசத்தொடங்கினோம். தெலங்கானாவைப்போல் தமிழ்நாடும் பிரிந்தால், எந்த அடையாளத்தின் அடிப்படையில் பிரியும் என்று சம்பந்தமே இல்லாத ஒரு விவாதத்தை பட்டாபிராமன் தொடங்கி வைத்தார். அவரும் அவர் மனைவியும்தான் பேசிக்கொண்டிருந்தார்கள். அந்த இதமான பேச்சு சத்தம் எங்களை ஒரு நெருப்பு வளையத்தில் இருந்து மெல்ல மெல்ல விடுவித்தது.

“பேசாம பேப்பர் போட்டுட்டு வேற வேலைக்குப் போயிரலாமா?” – நிலா சுந்தரம் யோசனை சொன்னான்.

“பேசாம காத்துக்கு பதிலா வேற எதையாவுது சுவாசிக்கலாமா?” – மானசாவின் எகத்தாளம் எனக்குப் புரியவில்லை

“என்ன சொல்ற மானசா?”

“எங்கெல்லாம் காத்து இருக்கோ அங்கெல்லாம் பெண்களப் பத்தி தப்பான எண்ணங்களும் இருக்கு. இந்த உலகத்தோட எல்லா அலுவலகத்திலயும் ஒரு பிரேம் இருக்கான். இவங்களுக்காக ஓடத் தொடங்கினா... நம்ம ஓட்டத்த நிறுத்த முடியாது” – மானசா தன் கூந்தலை அள்ளி முடித்தாள். அந்தப் பொதுத்தளத்துக்குப் போக நாங்கள் விரும்பவில்லை.

“நேரடியா பிரேம பாக்காம, சந்திரபாபுவ பாத்து ஒரு வார்னிங் கொடுக்கலாமா? பெனாசிர இனி யாரும் தொந்தரவு செய்யக்கூடாது... அப்படி செஞ்சா சட்டப்படி நடவடிக்கை எடுப்போம்னு சொல்லலாமா?” – ராகவனின் அணுகுமுறையில் அர்த்தம் இருந்தது.

“சவுண்ட்ஸ் குட்” – மானசா ஆமோதித்தாள்.

அவர்கள் பேசிய எதுவும் என் காதில் விழவில்லை. அந்தக் கலந்துரையாடலில் கலந்துகொள்ளாமல் பெனாசிரின் விரல்களைத் தடவிக்கொண்டு சோஃபாவில் சாய்ந்திருந்தேன். வார்த்தைகளில் நான் சொல்ல நினைத்த ஆறுதலை ஸ்பரிசமாக மொழிபெயர்த்தேன். மௌனமாக அமர்ந்திருந்தவள் என் தோளில் சாய்ந்துகொண்டாள். அவள் அழுகையின் சத்தம் குறைந்தாலும் கண்ணீரின் ஓட்டம் நிற்கவில்லை. ஈரம் காயாமலே கண்மூடி உறங்கிவிட்டாள். என்னிடம் ஒரு பாதுகாப்புக்காக அவள் ஏங்கியிருக்கிறாள். மொழியைத் தவிர எல்லா வழிகளிலும் அதை வெளிப்படுத்தியிருக்கிறாள். அந்தப் புதுவிதத் தவிப்பு எனக்குப் புரியவில்லை. விருப்பத்துக்குக் கொடுத்த முக்கியத்துவத்தை விசாரிப்புக்கு நான் கொடுக்கவில்லை.

“நம்ம ஆஃபிஸ்ல, புரொடக்ஷன் வேலய விட புரொட்டக்ஷன் வேல ரொம்ப கஷ்டமா இருக்குதுடா சாமி” – நிலா சுந்தரம் எங்களைச் சிரிக்கவைக்க முயற்சித்து வழக்கம்போல தோல்வியுற்றான்.

29

சோமசுந்தரம் மைதானத்தில் நடைபெற்ற அந்த இறுதிப்போட்டியை, நியாயப்படி நேரலை என்று குறிப்பிடக்கூடாது. ஐந்து மணிநேர இடைவெளியில் ஒளிபரப்பாகியும் திரையில் லைவ் பூச்சி மின்னியது. "சற்று முன்" அல்லது "தற்போது" போன்ற மாற்று வார்த்தைகளைப் பயன்படுத்தலாமே என்று நான் வலியுறுத்தியும் சந்திரபாபு கேட்கவில்லை. அவரா முடிவு செய்கிறார்?

அதுவரை நடந்த நிகழ்ச்சியின் பல்வேறு கட்டங்களுக்குப் பிறகு எக் மேட்ரிக்ஸ் மற்றும் ராக்கம்மா ராக்கி குழுக்கள் வெளியேறி நவரசங்களை மையப்படுத்திய அந்த இறுதிப்போட்டியில் க்ரில்ட் சிக்கன்ஸ் குழுவோடு மங்கூஸ் மண்டைகள் மோதியது.

எட்டு ரசங்களைத் தொட்டுவிட்டு கடைசியாக 'ஆச்சர்யத்திற்கு' வந்தது நிகழ்ச்சி. கூட்டம் பெருகிக்கொண்டிருந்தது. சந்திரபாபு தொடர்ந்து டாக் பேக்கில் வேதம் ஓதிக்கொண்டிருந்ததால் நடுவர்கள் நால்வரும் மிகவும் பொறுமையிழந்து காணப்பட்டனர். இடையிடையே எழுந்து வந்து

தயாரிப்புக் குழுவோடு வாக்குவாதத்தில் ஈடுபட்டனர். தூரத்தில் இருந்து பார்த்துக்கொண்டிருந்த எங்களுக்கு அந்த வாதத்திற்கான காரணம் புரியவில்லை.

மங்கூஸ் மண்டைகள் குழுவில் மானசாவுக்குப் பிடித்த இளைஞன், அவள் அவனை ரசிக்கிறாள் என்பதை புரிந்துகொண்டு அடிக்கடி மேடையில் இருந்து இறங்கிவந்து PCRல் அமர்ந்திருந்த எங்கள் முன் நின்று உணர்ச்சிபொங்க கிதார் வாசித்தான். மானசாவை தன் ஆச்சரியமாக அவன் பாவித்துகொண்டு பாடினான். வேறு வழியில்லாமல் அவள் வெட்கப்பட்டாள்.

அவனுடைய அந்த இறுதிப் பாடலுக்கு அவன் குழுவினரால் ஈடுகொடுக்க முடியவில்லை. எட்டு ரசம் வரை இரண்டு குழுக்களும் சமமாக முன்னேறிய போட்டியின் கடைசிப்பகுதியில், 'க்ரில்ட் சிக்கன்ஸ்' பெர்ஃபார்மன்ஸ் தனித்து நின்றது. அவர்களின் இசை, கேப்டன் பிரபாகரனின் ஜிப்சி ஜீப்பைப்போல் மைதானமெங்கும் புழுதி கிளப்பியது. வந்திருந்த கூட்டம் சாமி ஆடியது. நடுவர்கள் தீர்ப்பு சொல்வதற்கு முன்னே பார்வையாளர்களின் 'மெக்சிக்கன் வேவ்'வில் 'கிரில்ட் சிக்கன்ஸ்' பெயர் எழத் தொடங்கியது. அதிகாரபூர்வமாக அவர்களே வெற்றியாளர்களாக அறிவிக்கப்பட்டனர்.

அத்தனை இசைக்கருவிகளுக்கு மத்தியிலும் பிரேம் மீது முறைப்படி நடவடிக்கை எடுப்பது எப்படி என்றுதான் என் மனம் புழுங்கிக்கொண்டிருந்தது. எத்தனை பெரும் முயற்சிகளுக்குப் பிறகு ஒரு ஷோ முடிவுக்கு வந்திருக்கிறது என்ற பெருமூச்சோ பிரம்மிப்போ எனக்கில்லை. அந்த மாலைப்பொழுதின் நிகழ்ச்சி என் மனப்புழுக்கத்துக்கு ஒரு பின்னணி இசை... அவ்வளவுதான்!

காவல்துறையில் புகார் கொடுக்கலாமா? தொலைக் காட்சியின் உரிமையாளர்களை சந்தித்து உண்மையைச் சொல்லிவிடலாமா? ஃபேஸ்புக்கில் ஒரு கட்டுரை எழுதலாமா? ஆனால், இவை அனைத்துக்கும் அழுத்தமான ஆதாரம் வேண்டுமே. அதற்கு எங்கே போவது?

புகார் எழுதிக்கொடுக்கும் மனநிலையில் பெனாசிர் இல்லை. அவளை இதில் ஈடுபடுத்தி கொச்சைப்படுத்த விரும்பவில்லை. ஆனால், பிரேம், பெனாசிருக்கு சில

ஆபாசமான மின்னஞ்சல்கள் அனுப்பியதாகச் சொன்னாள். அதைப் பயன்படுத்தலாமே?

"படிச்ச வேகத்துல அத டெலிட் பண்ணிட்டேன்... ட்ரேஷ்லகூட இல்ல!" – பெனாசிர் சொல்வதும் நியாயம்தான். முகத்தில் அமிலம் வீசப்படும் தருணத்தில் ஆதாரத்துக்காக அதைப் பாதுக்காக்கவா முடியும்?

ஒரே ஒரு வழிதான் இருந்தது. பிரேம் மின்னஞ்சலுக்குள் புகுந்து அந்த ஆபாச அஞ்சல்களைக் கண்டறிவது. Prem@Maadapuratvmarket.in என்ற முகவரி தெரியும். பாஸ்வேர்ட்...? உலகத்தில் அதிகமாகப் பயன்படுத்தப்படும் பாஸ்வேர்ட்... password என்ற வார்த்தைதான் என்பதால் அதை அடித்துப் பார்த்தேன். அனுமதியில்லை. sexylady, playboy, Benazir, manasa என்ற பெயர்களைப் பயன்படுத்தியும் அது திறக்கவில்லை.

மூன்று மோப்ப நாட்களுக்குப் பின் பட்டாபிராமனின் உதவியோடு பிரேமின் பாஸ்வேர்டை கண்டறிந்தேன்.

'amazingspiderman1970'!

கொள்ளைக்காரர்களின் குகைக்குள் நுழைந்த அலிபாபா, மண்ணையும் கல்லையும்கூட வியந்து பார்ப்பதுபோல என் தேவைக்குத் தொடர்பில்லாத மின்னஞ்சல்களைத் திறந்தேன். அதில் சந்திரபாபுவின் ஒரு உரையாடலைப் பார்த்தபோது நிகழ்ச்சியில் இறுதியாக வாசிக்கப்பட்ட 'ஆச்சர்ய' இசை மீண்டும் ஒலித்தது.

'This is not fair sir. We will base it on natural performances' என்ற அவரின் ஒரு வரியை வால்பிடித்து முந்தைய உரையாடல்களை முழுக்கப் படித்துமுடித்தேன்.

தொலைக்காட்சியின் மும்பை முதலீட்டாளர்கள் அனுப்பிய அணிதான் 'க்ரில்ட் சிக்கன்ஸ்'. எப்படியாவது அவர்களை பட்டம் வெல்ல வைத்தால், பிரேமுக்கு ஒரு கோடி தருவதாக அவர்கள் குறிப்பிட்டிருந்தார்கள்.

அந்தக் கோரிக்கையை பிரேம், சந்திரபாபுவுக்கு அனுப்பி யிருக்கிறார். சந்திரபாபு அதை மறுத்துவிட்டார். இதை மறுப்பதன் மூலம் நீங்கள் எதிர்காலத்தை இழக்கிறீர்கள் என்று பிரேம் இறுதியாக எழுதியிருந்தார். நிகழ்ச்சியின் போது சந்திரபாபு நடுவர்களிடம் அடிக்கடி வாக்குவாதத்தில்

ஈடுபட்டது நினைவுக்கு வந்தது. பிரேமின் அதிர்ஷ்டம், 'கிரில்ட் சிக்கன்ஸ்' இயல்பாகவே வெற்றி பெற்றுவிட்டார்கள்.

ஒரு மனிதன் ஒரு குழுவை வெற்றியடையச் செய்து ஒரு கோடி பெறுவதற்காக உருவாக்கப்பட்ட ஒரு நிகழ்ச்சியையா இத்தனை இளித்தவாயர்கள் இரவு பகலாக தயாரித்தோம்? அந்த கேள்வியின் உக்கிரத்தை அலட்சியப்படுத்திவிட்டு பெனாசிருக்கு அனுப்பிய மின்னஞ்சல்களை மட்டும் தேடினேன். கிடைக்கவில்லை.

அடுத்த நாள் தொழில்நுட்பப் பிரிவைச் சேர்ந்தவர்கள் என்னைத் தேடிவந்தார்கள். பிரேமின் அறைக்கு என்னை அழைத்துச் சென்றார்கள். "உனக்கு எதாவது வேணும்னா என்ன கேட்டிருக்கலாமே. உன் இன்பாக்ஸ நான் திறந்துபாத்தா, என் மேல உனக்குக் கோபம் வருமா, வராதா?"

அவர் அதைக் கண்டுபிடித்ததைப் பற்றி நான் கவலைப்படவில்லை. என்னைப் பணிநீக்கம் செய்வார் என்று உறுதியாக நம்பினேன். அதற்கான முயற்சிகளையும் மேற்கொண்டார். ஆனால் சந்திரபாபு அதற்கு உடன்படவில்லை. நாம் நினைக்கும்போதெல்லாம் பணியாளர்களை நீக்கினால் இந்தப் பணி இடத்துக்கே ஒரு மரியாதை இல்லாமல் போய்விடும் என்று அவர் அழுத்தமாகச் சொல்லிவிட்டார்.

நானும் ராகவனும் சுந்தரம் பிள்ளையைச் சந்தித்து நிலைமையை விளக்கினோம். இவற்றிலெல்லாம் தலையிட தனக்கு அதிகாரமோ அனுபவமோ இல்லை என்று தள்ளி நின்றார். அடுத்து தயாரிக்க வேண்டிய நிகழ்ச்சியைப் பற்றி யோசித்து அதில் முழு கவனம் செலுத்தச் சொன்னார். அதற்கான அனைத்து உதவிகளையும் தான் செய்வதாகவும், வேறு எந்த அரசியலையும் ஆலோசிக்க வேண்டாம் என்றும் வேண்டிக்கொண்டார்.

ஒருபக்கம் இசைத்தளபதிகள் வெற்றிகரமாக நிறைவு பெற்றதற்குப் பாராட்டுகள். மறுபக்கம் எந்த நொடியில் பணி பறிபோகும் என்ற பரிதவிப்பு. நான் அவசரப்பட்டுவிட்டதாக ராகவனும் நிலா சுந்தரமும் வருத்தப்பட்டார்கள். "இதெல்லாம் சின்ன விஷயம். நான் பேசிட்டேன். நீங்க வேலைய பாருங்க" – சந்திரபாபு ஆறுதல் சொன்னார். நரியை நெறிப்படுத்திவிட்டதாக அவர் நம்பியபோது அது, தன் வேட்டையை வேறு திசைக்குத் திருப்பியது.

இசைத்தளபதிகளின் சீசன் 2 நிகழ்ச்சிகளை அவுட்சோர்ஸ் செய்வதென முடிவானது. எங்கள் அணியில் இருந்த ஒவ்வொருவரும் வெவ்வேறு பிரிவுக்கு மாற்றலானோம்.

என்னை சமையல் நிகழ்ச்சிக்கு மட்டும் படத்தொகுப்பாளராக இருந்தால் போதும் என்று சொல்லிவிட்டார்கள். 'கெஸ்ட் ரிலேஷன்ஸ்' அணியின் உதவியாளராக பெனாசிர். ட்ரேன்ஸ்போர்ட் ஆஃபிஸில் பெட்ரோல் டீசல் கணக்கு பார்ப்பதற்கு மானசா. திரைப்படப் பிரிவின் இணைத் தயாரிப்பாளராக ராகவன். கேன்டீன் உதவி மேலாளராக நிலா சுந்தரம். சந்தித்த அவமானத்தை விட ஐந்து பேரும் அடிக்கடி சந்திக்க முடியாததை எண்ணிதான் ஏங்கினோம். பொறுப்புகள் பறிக்கப்பட்டாலும் விளக்குகளின் வெளிச்சத்தில் இருந்து விலகியது ஒரு தற்காலிக நிம்மதியைத் தந்தது.

ரம்ஸான் மாதம் என்பதால் பெனாசிருக்குத் தெரியாமல் அவளுக்கு ஓர் அழகான புடவை வாங்கிக்கொடுக்க விரும்பினேன். மங்காத்தாவையும் மானசாவையும் துணைக்கு அழைத்துக்கொண்டு நகரமெல்லாம் சுற்றி வந்தேன்.

தாம்பரத்தில் இருந்து நாங்கள் புறப்பட்டபோது கனமழைத் தொடங்கியும் அதை நாங்கள் பொருட்படுத்தவில்லை. கத்திபாரா சந்திப்பை நெருங்கியபோது அங்கே மழைக்கான அறிகுறியே இல்லை. இதமான வெயில் இறங்கிக்கொண்டிருந்தது. வண்டியைத் திருப்பி மீண்டும் மழையை நோக்கி ஓட்டினேன்.

மீனம்பாக்கம் விமானநிலைய சாலையின் ஒரு வளைவில், 'இதற்கு மேல் உள்ளே வர நான் வரி செலுத்தவில்லை' என்பது போல கை நீட்டும் தூரத்தில் சாரலடித்துக்கொண்டிருந்தது. அந்த மையப்புள்ளியில் நின்று, நானும் மானசாவும் ஒரு செல்ஃபி எடுத்துக்கொண்டோம்.

புடவைக் கடைகளை நோக்கி மங்காத்தா புறப்பட்டாள்.

"ஃபேஸ்புக்ல இந்த ஃபோட்டோவ என்னன்னு போடறது?" – மானசா குழம்பிக்கொண்டிருந்தாள்.

"விமானத்தில் வந்திறங்கிய மழைக்கு யாரோ கார் அனுப்பத் தவறிவிட்டார்கள்... அப்படி போடு!"

"போடா லூசு... இங்கிலிஷ்ல சொல்லுடா."

"அதையே ட்ரான்ஸ்லேட் பண்ணிப் போடு."

கலாநிகேதனில் ஓர் அழகான மஞ்சள்நிறப் புடவை வாங்கிக்கொண்டு, காஃபி டே நாற்காலிகளில் சாக்லேட் இண்டல்ஜன்ஸோடு அமர்ந்தோம்.

“நம்ம அஞ்சு பேரும் என்னமோ தனி உலகத்துல இருக்கிற மாதிரி இருக்கு, மானசா. ஆஃபிஸ்ல தடுக்கி விழுந்தா சில சந்தோஷத்தப் பாக்க முடியுது. நமக்குத்தான் வாழ்க்கைய அனுபவிக்கத் தெரிலையோனு கவலையா இருக்கு.”

“மத்த ஷோ எல்லாமே ஆரம்ப காலத்துல இப்படித்தான் கலங்கி குலுங்கி இருந்திருக்கும். அந்த நிலையெல்லாம் கடந்து இப்ப ஸ்டெபிலைஸ் ஆயிட்டாங்க. TAM ரேட்டிங் வரும்போது கேட்கிற சில கேள்விகள தவிர பெரிய தலையீடு எதுவும் இல்ல. நம்ம பொம்ம புது பொம்மயாச்சே, அதான் விளையாட்டு ஓவரா இருக்கு!”

உண்மைதான். பிரேம் என்ற பிராணியையும், ஓரிரு சம்பவங்களையும் அந்த வளாகத்தில் இருந்து கழித்துவிட்டால் மாடப்புறா தொலைக்காட்சி ஒரு குதூகலமான உலகம்தான். வண்ணமயமான வாழ்வாதாரம்தான். தன்மானத்துக்கு காய்ச்சல் வரும்போது இரண்டு நாட்கள் விடுப்பு எடுத்துக்கொண்டு மீண்டும் அலுவலகம் வந்தால் ஆரோக்கியமான வாழ்வுதான். ஆனால், அந்தப் புரிதலைப் போர்த்திக்கொண்டு உறங்க நாங்கள் விரும்பவில்லை.

வெளியேறுதல். மனிதகுலத்தின் அதி முக்கியமான நிகழ்வு. அந்த மனநிலைக்கு நாங்கள் ஐந்து பேரும் மெல்ல மெல்ல தயாரானோம். சில மாதங்களுக்கு முன் அலுவலகத்தில் நேர்ந்த பணிநீக்கத்தைப்போல இன்னும் ஒரு வாரத்தில் இரண்டாம் கட்ட பணிநீக்கம் நடைபெறப்போவதாக கேள்வியுற்றோம். எங்கள் பெயர்கள் அதில் இல்லை என்பதையும், கீர்த்தனா மூலமாகத் தெரிந்துகொண்டோம். இருந்திருக்கலாமே என நினைத்தோம்.

சேனலின் நிதி நெருக்கடி காரணமாக அந்தப் பணிநீக்கம் நடைபெற்றது. ‘தாமாக முன் வந்து பணி நீங்கிக்கொள்பவர்களை மூன்று மாத சம்பளத்தோடு விடுவிப்போம்’ என்ற மௌன அறிவிப்பு எங்கள் காதுக்கு வந்தது. மூன்று மாதத்துக்குள் இன்னொரு வேலையில் சேர்ந்துவிட முடியுமா?

30

ஸ்டோரி ப்ரொடியூசராக இருந்துவிட்டு சிக்கன் போண்டா கணக்கு பார்ப்பது நிலா சுந்தரத்துக்குப் பிடிக்கவில்லை. சில நாட்களாக அவன் அலுவலகம் வரவில்லை. புதிய நிகழ்ச்சிகள் தொடங்கும்போது சந்திரபாபு அவனை அழைப்பதாக சொல்லியிருந்தார். அவர் அழைத்தாலும் அவனுக்குச் செயல்பட மனமில்லை. இதே உணர்வு மற்ற நான்கு பேருக்கும் இருந்தது. பத்து வருடங்கள் பழகவில்லைதான். ஆனால், ஐந்து பேரும் சேர்ந்து இயங்கியபோது ஓர் ஆறாம் சக்தி ஆற்றுப்படுத்தியது. கடவுளை நோக்கி எரிந்துகொண்டிருக்கும் மெழுகுவத்திகளை தூசுக்காற்று தலைசீவிப்போனதுபோல புகைந்துகொண்டிருந்தோம்.

மானசாதான் அதை முன்மொழிந்தாள். தினம் காலை ஐந்து மணிக்குப் போட் கிளப் சாலையில் ஐந்து பேரும் ஜாகிங் போகலாம் என்று எஸ்.எம்.எஸ். அனுப்பியிருந்தாள். ராகவனைத் தவிர யாருக்கும் தொப்பையில்லை. அதனால் மற்ற அனைவரும் ஆரோக்கியமாக இருக்கிறோம் என்று சொல்ல முடியாது. மானசா முதல்மாடிக்கு

வருவதற்கு படியைப் பயன்படுத்த மாட்டாள். அவளுக்கு மூச்சு முட்டும். நிலா சுந்தரத்தால் தொடர்ச்சியாக மூன்று மணிநேரம் உறங்க முடியாது. ஆரஞ்சு பழத்தின் படத்தைப் பார்த்தாலே பெனாசிருக்கு சளி பிடித்துவிடும். ஆரோக்கிய வாழ்வை நோக்கிய எங்கள் அதிகாலை ஓட்டம் இனிதே தொடங்கியது.

ராகவனால் வேகமாக ஓடமுடியாது. அவனை ஓடச்சொல்லிவிட்டு நாங்கள் உடன் நடந்துவருவோம். அதை அவமானமாக நினைத்து அவனும் நடக்கத் தொடங்கிவிட்டான். ஜாகிங் வாக்கிங் ஆனது. குறைந்தபட்சம் ஸ்பீட் வாக்கிங் செய்யவேண்டும் என்று பெனாசிர் வேண்டிக்கொண்டாள். ஒவ்வொருநாளும் போட் கிளப் வீடுகளின் பிரம்மாண்டத்தை ரசித்துக்கொண்டே நடந்ததால் ஸ்பீட் வாக்கிங் உலாவாக குறைந்தது. டி.டி.கே. சாலையோரத்தில் காலை ஆறு மணிக்கு இளநீர் வண்டி வந்து நிற்கும். நாங்கள் உலா முடித்ததும் நிலாவும் மானசாவும் அதிவேகமாக ஓடி ஆளுக்கொரு இளநீரை வாங்கி வருவார்கள்.

“சோறு மட்டும்தாண்டா நம்மள ஓட வைக்குது” என்றவாறு இரண்டு மடக்கு இளநீரைக் குடித்துவிட்டு மிச்சத்தை முகத்தில் ஊற்றிக்கொள்வோம். புல்வெளியால் அலங்கரிக்கப்பட்ட ஒரு நடைபாதையில் அமர்ந்து கதை பேசிவிட்டு ஒவ்வொருநாளும் ஆரோக்கிய பயணத்தை நிறைவு செய்வது வழக்கம்.

சென்னையில் வானத்தை முழுமையாகப் பார்க்க வேண்டுமெனில் ஜன்னல் திறந்தால் போதாது. வீட்டை விட்டு வெளியில் வந்தாலும் சாத்தியங்கள் குறைவுதான். எல்லா நேரமும் கடற்கரைக்குப் போக முடியாது. எல்லா மனிதர்களுக்கும் மொட்டைமாடிகள் இல்லை. வானத்தோடு தொடர்புகொள்ள விடாமல் நகரம் வளர்ந்திருப்பதைப்போல எதிர்காலத்தை எட்டிப்பார்க்க விடாமல் நிகழ்காலம் ஆக்கிரமிக்கிறது.

நிலா சுந்தரம்: அதென்னடா டெரன்ஸ், ஒரு மெயில் அனுப்பியிருந்தியே புரொடக்‌ஷன் ஹவுஸ் தொடங்கலாமானு? நல்ல யோசனைதான். ஆனா எனக்கு மாசம் இருபதாயிரம் EMI போகுது. இப்ப வாங்கற சம்பளத்த விட ரொம்ப குறைவான சம்பாத்தியத்தெல்லாம் என்னால பட்ட கடன சமாளிக்க முடியாதுடா.

அடுத்தது என்ன என்று மனதில் ஓடிக்கொண்டிருந்த கேள்வியை அந்த நடைபாதை புல்வெளியில் இறக்கிவைத்தோம்.

மானசா: எல்லாருக்கும் அதான் நிலா நிலமை. அதுக்காக அடுத்த கட்டத்தப் பத்தி யோசிக்காமவே இருந்தா இங்க இருக்கிற கேமிரா, மைக், கம்ப்யூட்டருக்கும் நமக்கும் வித்தியாசம் இல்லாமப் போயிடும்.

பெனாசிர்: ஷோ ஐடியாஸ் டிசைன் பண்ணி சேனல் சேனலா பிட்ச் பண்ணுவோம்.

நிலா: பிச்சை எடுக்கிறத ஷாட்டா சொல்றியா?

நான்: அது செய்யலாம். அதுக்கு முன்னாடி நம்ம கம்பெனிக்கு ஒரு நல்ல பேர் வைக்கணுமே.

ராகவன்: பேர் வைக்கிறது இருக்கட்டும். நாம எந்த மாதிரியான சர்வீஸ் செய்யப்போறோம்ன்றத முடிவு செய்யணும்.

பெனாசிர்: புரோகிராம் தயாரிச்சுக் கொடுக்கப்போறோம், அவ்வளவுதானே. அதான் நம்ம சர்வீஸ். அவுட்சோர்ஸ் புரொடக்ஷன்.

ராகவன்: என்ன புரோகிராம்?

மானசா: அது என்னன்னு ப்ரெயின் ஸ்டார்ம் செய்யலாம்.

ராகவன்: நான் புரோகிராம் ஐடியாஸ் பத்தி கேக்கல மா. நம்ம தயாரிக்கிற எல்லா நிகழ்ச்சிகளுக்கும் ஒரு பொதுவான குணம் இருக்கணும் இல்லையா? அப்பதான நாம ஒரு ப்ராண்டா உருவாக முடியும். அந்த குணம் என்ன?

நான்: சத்தியமா புரியலடா ராகவா!

ராகவன்: ஊடகம் வழியா மக்களுக்குப் போய்ச் சேரும் நிகழ்ச்சிகள் மொத்தம் மூன்று. கன்ஸ்யூமர்ஸ்க்கான Advertisement, கத்துக்கொடுக்கிற Infotainment, கட்டிப்போடற Entertainment. இதுல நாம யாரு?

நான்: யார் என்ற குழப்பத்தைத் தள்ளிவைக்கும் திறமை நம்மில் யாருக்கு உண்டு.

பெனாசிர்: நமக்கு செயற்கைத்தனம் பிடிக்கல. டிராமா பிடிக்கல. ஒப்பனைய விரும்பல. எதார்த்தத்த விரும்பறோம். போட்டிய மதிக்காம போராட்டத்த மதிக்கிறோம். முழுமையின்மை மேல நமக்கு ஈடுபாடு இருக்கு. எந்தக் கேள்வியையும் நாம அலட்சியப்படுத்தறது இல்ல. மனித உணர்வுகளை

நுட்பமா அணுகி, கேள்வி கேட்கும்போது அதுலயே சுவாரசியம் இருக்கும்னு நம்பறோம். இதையெல்லாம் நம்ம அஞ்சு பேருக்கும் இருக்கிற பொதுவான குணமா பாக்கறேன்.

ராகவன்: சூப்பர்! இந்த அடிப்படைல நாம ஏன் ஒரு புது வார்த்தைய உருவாக்கக் கூடாது?

பெனாசிர் எழுப்பிய பிம்பத்தை சில நிமிடங்கள் உள் வாங்கினோம்.

மானசா: Natural programming services? Native programming?

நிலா: Naturotainment?

நான்: Lifotainment? கொஞ்சம் பக்கத்துல இருக்குனு நினைக்கிறேன்.

பெனாசிர்: ரொம்ப நல்லா இருக்கு. பொருத்தமா இருக்கு. வாழ்க்க இருக்கு!

மானசா: புரியுமா?

நிலா சுந்தரம்: வாழ்வூடகம்னு தமிழ்ப்படுத்தினா முடிஞ்சு போச்சு.

ராகவன்: எல்லாத்தையும் தமிழ்ப்படுத்தி தமிழ அவமானப் படுத்தாதடா. அதுக்குப் பசிக்கும்போது அது சாப்பிடும்.

மானசா: வாழ்க்கையை அதன் உணர்வுநுட்பங்கள் மாறாமல் பிரதிபலிப்பது Entertainment that supports life. Entertainment that inspires life - that which reflects life in the truest sense இன்னும் அழகா டிஃபைன் பண்ண முயற்சிக்கலாம்.

நிலா சுந்தரம்: கொஞ்சம் நிறுத்து நாம என்ன சொல்ல வரோம்? இதுவரைக்கும் யாருமே எதார்த்தமான நிகழ்ச்சிகள தயாரிச்சது இல்லனு சொல்றோமா? எந்த நிகழ்ச்சியும் வாழ்க்கைக்கு உந்து சக்தியா இருந்தது இல்லனு சொல்றோமா? ரொம்ப அபத்தமா இருக்கேடா.

ராகவன்: இல்ல நிலா. நாம சொல்ற அடிப்படைல எத்தனையோ சினிமா படங்கள் வந்திருக்கு. நிறைய டி.வி நிகழ்ச்சிகள் தயாரிச்சிருக்காங்க. வகை பழசுதான். ஆனா பெயர் புதுசு. ஒரு குழந்தைக்கு பெயர் வைக்கும்போதுதான் அவனோ அவளோ ஒரு சமூக பிரஜையா வளர முடியும். தயாரிக்கிற நிகழ்ச்சிகளுக்கு இப்படி பேர் வச்சு வகை பிரிக்கும்போது அதுக்கு முக்கியத்துவம் கிடைக்குது.

மானசா: பேரெல்லாம் நல்லாதான் இருக்கு. ஆனா டி.வி. ஒரு எஸ்கேப் பாக்ஸ். வாழ்க்கையோட அன்றாட அழுத்தங்கள விட்டு ஒரு தற்காலிக தப்பித்தலுக்காகத்தான் நிறைய பேர் டி.வி. பாக்கறாங்க. அவங்க கண் முன்னாடி மறுபடியும் வாழ்க்கைய கொண்டுவந்து நிறுத்தினா ஓட மாட்டாங்களா?

நான்: நாம காட்ட நினைக்கிறது அவங்க வாழற வாழ்க்கைய இல்ல, தொலச்ச வாழ்க்கைய!

மானசா: ம்ம்.... இன்னும் கான்க்ரீட்டா யோசிக்கணும்.

பெனாசிர்: ரைட். லைஃபோடெயின்மென்ட் நம்ம சர்வீஸ் கம்பெனிக்கு பேர்?

மானசா: அத நான் ஏற்கெனவே யோசிச்சிட்டேன்... Hot Air Lifotainment Services.

பெனாசிர்: பேரையாவுது தமிழ்ல வைக்கலாமே.

நிலா சுந்தரம்: ஆகாயம்?

நான்: காற்றாடி?

ராகவன்: காற்றினூடே... எப்படி இருக்கு?

மானசா: காற்றினூடே லைஃபொடெயின்மென்ட் காற்றினூடே லைஃபொடெயின்மென்ட்... நாட் பேட்.

ராகவன்: டெரன்ஸ்? உனக்குப் புடிச்சிருக்கா?

நான்: கூல், குளிருது மச்சி.

பெனாசிர்: நாளைக்குக் காலலே முதல் வேலையா இந்தப் பேர ரெஜிஸ்டர் பண்றோம். இன்னிக்கே இந்தப் பேர்ல வெப்சைட் அட்ரஸ், ஃபேஸ்புக் பேஜ், ட்விட்டர் அக்கவுன்ட் எல்லாத்தையும் ப்ளாக் பண்றோம்.

மானசா: நாளைக்கே பேப்பர் போடலாமா? ஹெச்.ஆர். மெயில் அனுப்பலாமா?

ராகவன்: அவசரப்படாத மானசா. அஞ்சு பேரும் ஒரே நேரத்துல வேலய விடறது நல்லதில்ல. ஒரு பாதுகாப்பே இருக்காது. டெரன்ஸ், பெனாசிர் இரண்டு பேரும் முதல வெளியேறட்டும். இனிஷியல் லொட்டு லொஸ்கு ஃபார்மாலிட்டிஸ் எல்லாத்தையும் அவங்க பாத்துக்கட்டும். நாம உள்ள இருந்துகிட்டு அவங்களுக்கு பணம் அனுப்புவோம். மெல்ல மெல்ல ஒவ்வொருத்தரா வெளியேறுவோம்.

நிலா: இவங்க இரண்டு பேரும் ஓடிப்போய் கல்யாணம் பண்ணிக்கிட்டு நம்ம மூணு பேரையும் மறந்துட்டாங்கனா?

மானசா, தன் கையில் வைத்திருந்த தேங்காயைக் கவிழ்த்து, அதில் ஒழுகிய இரண்டு சொட்டு இளநீரைக் கொண்டு நிலாவின் வாயைக் கழுவ முயற்சி செய்தாள்.

பெனாசிருக்கு ஏதோ ஒரு விதத்தில் உதவ வேண்டும் என்று அவள் மாமா துபையில் துடித்துக்கொண்டிருக்கிறார். எங்கள் இரண்டு பேருக்குமே விளம்பர தயாரிப்பில் விருப்பமில்லை. அவள் மன உளைச்சலில் இருந்த அந்த நாட்களில் ஒரு மாற்றம் தேவைப்பட்டதால் துபை செல்லும் திட்டத்தை வலியுறுத்தினாள். அவளுக்கும் இந்தியாவை விட்டு வெளியேறுவதில் உடன்பாடில்லை. அவள் மனம் என்னிடம் வந்துவிட்டதால் அவளது எல்லா உணர்ச்சிகளையும் என்னால் புரிந்துகொள்ள முடிகிறது. நாங்கள் இருவரும் வேலையை விடப் போகிறோம் என்ற வெற்றிடத்தை விட ஒன்றாக வெளியேறப் போகிறோம் என்ற நிறைவுதான் மேலோங்கி இருந்தது. அந்தக் கடைசி நாட்களில் அலுவலகத்தில் ஊறிய எறும்புகளையும் நேசிக்கத் தோன்றியது. பெனாசிர் அடுத்தக் கட்டத்துக்கு ஆயத்தமானாள்.

"டெரன்ஸ், எங்க மாமாதான் எதாவது செய்யணும்னு ஆசப்படறாரே... நம்ம ஆஃபிஸ் போடறதுக்கு சென்னைல ஒரு சின்ன இடம் கேக்கவா?"

"அது என்ன சின்ன இடம்? ஒலிம்பியா பார்க்ல ஒரு இடம் இருக்குமானு கேளு."

"ஒன் மொகர... இரண்டு கம்யூட்டர் கேபின், ஒரு எடிட் சூட் செட்அப் செய்யற ஸ்பேஸ் இருந்தா போதும்."

"பெனாசிர், அதெல்லாம் நாம பாத்துக்கலாம். அவருக்கு ஏன் இந்த தலவலி!"

"ஒண்ணும் பிரச்னை இல்ல. மாசம் மாசம் வாடகை கொடுக்கலாம்."

சென்னை – திருவல்லிக்கேணியில், பாரதியார் வாழ்ந்த வீட்டில் இருந்து சிறு தூரத்தில் அமைந்திருந்தது அவள் சொன்ன இடம்... இப்பொழுது நான் என் குரலைப் பதிவு செய்துகொண்டிருக்கும் இந்த இடம்!

31

பணிநீக்கப் பட்டியலில் எங்கள் பெயர்கள் இரண்டையும் சேர்க்கச்சொல்லி, ஒருமாத காலத்துக்குப் பின் அன்றுதான் காகிதங்கள் கையெழுத்தாகின. 'இன்னும் இரண்டு மாதங்கள் காத்திருந்தால் மாடப்புறா தொலைக்காட்சியில் நீ இரண்டு வருடங்கள் நிறைவு செய்திருப்பாய்' என்ற பெருமூச்சோடு இருவரின் கடிதங்களையும் கையில் திணித்தாள், கீர்த்தனா. இரண்டு வருடங்கள் தொடர்ந்து வேலையில் இருப்பது பெருமைக்குரியதா, இல்லை பரிதாபத்துக்குரியதா என்று தெரியவில்லை.

எதுவாக இருந்தாலும் நிர்வாகத்துக்கு நன்றி சொல்லவே தோன்றுகிறது. என் தொழில்நுட்பம் இங்குதான் செம்மையானது. திரையில் வரும் காட்சிகளைத் திறந்து பார்க்கும் வாய்ப்பு கிடைத்தது இங்குதான். ஒரே சேனலில் பார்வையாளர்களைத் தக்கவைக்க முடியும் என்ற நம்பிக்கை பிறந்தது இங்குதான். எல்லா சேனல்களையும், ஒருநாள் ஒரு குழந்தை ஓடிவந்து மாற்றிவிடும் என்ற தெளிவு பெற்றதும் இங்குதான்.

கருவிகளின் நவீனத்தில் செலுத்தும் கவனத்தை மனிதர்களின் இறந்தகாலத்திலும் செலுத்துவேண்டும்

மெய்நிகரி

என்று சொல்லிக்கொடுத்தது இந்த வளாகம்தான். என்னால் வழிநடத்தப்பட வேண்டிய நபர்கள், என்னை வழிநடத்தும் நண்பர்களானது இந்தப் புள்ளியில்தான். பெனாசிரின் அடர்ந்த புருவத்தை எனக்கு அறிமுகப்படுத்திய அலுவலகம் இதுதான். அவள், தன் விருப்பத்தைத் தெரிவிக்குமுன், நான் அத்துமீறி விரல்பிடித்ததுப் பக்கத்துச் சாலையில்தான்.

அன்றுதான் மாடப்புறா தொலைக்காட்சியின் அடையாள அட்டையை அருகில்வைத்துக்கொண்டு உறங்கிய கடைசி இரவு. சாயம்போன அதன் கழுத்துப்பட்டை என் தலையணையில் சரிந்திருந்தது. காலாவதியான காட்சிகளும், ஒரு புதிய பாதுகாப்பின்மையும் எனக்கு அச்சம் தந்தாலும் வாழ்க்கை அந்த வளாகத்தை விடப் பெரியது என்ற எண்ணமே எனக்குப் போர்வையானது.

அந்தக் கனமான இரவு இளகி விடிந்தபோது பெனாசிர் அழைத்தாள். தொலைக்காட்சி அலுவலகத்தின் மாடியில், நீண்டநாட்களாகக் கட்டுமானப் பணியில் இருந்த ப்ளூ மேட் ஸ்டூடியோவை அன்று காலைதான் ரிப்பன் வெட்டித் திறந்தார்கள் என்று தகவல் சொன்னாள். க்ரோமோ கீயிங் (chroma keying) தொழில்நுட்பத்தில் ராகவன் ஏற்கெனவே பணியாற்றியதால் புதிய அரங்கத்தைப் பரிசோதிக்க முதல் 'விர்ச்சுவல் செட்'டை வடிவமைத்து அதை இயக்கிக் காட்டும் பொறுப்பை அவனிடம் ஒப்படைத்திருக்கிறார்கள்.

அலுவலகத்தில் எங்களின் கடைசிநாளான அன்று, நானும் பெனாசிரும் சிரித்த முகத்தோடு வலம் வந்தோம். பெனாசிர், கணிப்பொறி மேஜையில் அடுக்கி வைத்திருந்த மிருக பொம்மைகளை அள்ளி தன் பையில் திணித்தாள். இசைத்தளபதிகளின் ரன் ஆர்டர், தொகுப்பாளர் ஸ்க்ரிப்ட் என அவள் மேஜையில் காகிதங்கள் குவிந்திருந்தன. அவற்றை ஒரு சிவப்பு ரப்பர் பேண்டால் சுருட்டினாள்.

"சே, ராத்திரி பகலா வேல பாத்த பேண்ட் ஹண்ட் ஷோவோட டாக்குமென்ட்ஸ ஒரே ஒரு ரப்பர் பேண்ட்ல சுருட்டிட்டயே!"

அவள் அதை கண்டுகொள்ளவில்லை. அவளைப்போலவே நானும் என் படத்தொகுப்பு அறையில் குவிந்திருந்த காகிதங்களை அப்புறப்படுத்திவிட்டு சில புத்தகங்களைப் பத்திரப்படுத்தினேன். தோளில் மாட்டிய மூட்டைகளோடு பிஸி அறைக்குச்

சென்று கழுத்தில் மாட்டியிருந்த அடையாள அட்டைகளை சமர்ப்பித்தோம். ரிசப்ஷனைத் தாண்டி கேன்டீனுக்குப் போகும் வழியெல்லாம் எதிரில் வந்தவர்கள், எங்களையும் எங்கள் கழுத்தையும் மாறி மாறிப் பார்த்துவிட்டு வாழ்த்துச் சொல்லி விடைபெற்றார்கள். 'வெறும் கழுத்தோட இப்படி வெளிய வராத' என்ற பெரியவர்களின் வார்த்தைகளுக்கு அன்றுதான் அர்த்தம் புரிந்தது.

இரண்டு பாதாம்பால் ஊற்றி நிரப்பிக்கொண்டு கதவோர நாற்காலிகளில் அமர்ந்தோம். அப்போது, நிலா சுந்தரம் பரபரப்பாக ஓடிவந்து எதிரில் அமர்ந்தான்.

"என்னடா... எல்லா ஃபார்மாலிட்டிஸும் முடிஞ்சுதா?" – மூச்சிரைக்க விசாரித்தான்.

பெனாசிர்: நீ ஏன் இவ்வளவு வேகமா ஓடி வந்த?

நான்: நாம இரண்டு பேரும் இவன விட வேகமா ஓடிப்போய் கல்யாணம் செஞ்சுக்கிட்டா..? ரைட் மைட்?

நிலா: போங்கடா லூசு லவர்ஸ். என்னமோ தெரியல இன்னிக்கு நம்ம டீம்ல நான்தான் உங்கள முதல்ல பாக்கணும்னு தோணுச்சு. அதான் ஓடி வந்தேன். சுந்தரம் பிள்ளை, சந்திரபாபு எல்லாரையும் பாத்துட்டீங்களா?

பெனாசிர்: எல்லாரையும் நேத்தே பார்த்துப் பேசிட்டோம். இன்னிக்கு நம்ம டீமோட மட்டும்தான் நேரம் செலவழிக்கணும்னு வந்தா உங்க மூணு பேரையும் காணோம். எங்கடா போனீங்க?

நிலா: மேலதாண்டா சுத்திக்கிட்டு இருந்தோம். ப்ளூ மேட் ஸ்டூடியோல ப்ளூ கம்மியா இருந்தது. அத பேலன்ஸ் பண்றதுக்காக சொட்டு நீலம் வாங்கப் போயிருந்தோம்.

பெனாசிர்: இந்தக் கடைசிநாள்லகூட நாங்க சிரிக்கிற மாதிரி உன்னால ஒரு ஜோக் அடிக்க முடியாதா?

நான்: நல்ல வேள ஞாபகப்படுத்தின. நானும் ஸ்டூடியோவ பாக்கணும்னு நினைச்சேன்... வா போலாம்.

நிலா சுந்தரம் என் கைகளைப்பிடித்து அமரவைத்தான்.

நிலா: இப்ப என்ன அவசரம். பொறுமையா போலாம். சரி, என்ன சாப்பிடறீங்க... பூரி? மினி இட்லி? மசால் தோச?

அதாவது, அந்த கேன்டீன் இப்போது அவன் கட்டுப்பாட்டில் இருக்கிறதாம்.

பெனாசிர்: இந்த பாதாம்பாலே போதும்... வயிறு நெறஞ்சிரும்.

பாலைக் குடித்து பத்து நிமிடங்களாயின. அதற்கு மேல் நிலா சுந்தரத்தின் முகத்தை நேருக்கு நேர் சந்திக்கிற வலிமை எனக்கில்லை. காலிக் கோப்பைகள் இரண்டையும் கசக்கிக் குப்பையில் போட்டுவிட்டு கதவைத் திறந்தேன். பெனாசிரும் பின் தொடர்ந்தாள். நிலா சுந்தரம் மட்டும் தருமிப் புலவனைப் போல் துடித்துக்கொண்டிருந்தான். அன்று லிஃப்ட் வேலை செய்யவில்லை. மூன்றாவது மாடியில் இருந்த ப்ளூ மேட் ஸ்டூடியோவைப் பார்க்கப் படியேறினோம்.

இரண்டாவது மாடியை அடைந்தபோது நிலா சுந்தரத்தின் செல்பேசிக்கு அழைப்பு வந்தது. பதற்றத்தில் அவன், ஸ்பீக்கர் பட்டனை அழுத்திவிட்டான்.

“இப்ப கூட்டிட்டு வா” – ராகவன் குரல் ஒலித்தது.

மூன்றாவது மாடிக்கு வந்ததும் மானசா, ஆரத்தித்தட்டோடு காத்திருந்தாள். எங்கள் தலையில் பூக்கள் தூவி அரங்கத்துக்குள் அழைத்துச் சென்றாள். எங்களை வரவேற்க ஊரே கூடியிருந்தது. சுவரும் தரையும் நீல நிறத்தில் இருந்த அந்த ஆகாய அறையை குனிந்து தொட்டுப் பார்த்தோம். அரங்கத்தின் கூரையில் இருந்து இறங்கிய டி.வி. மானிட்டரைப் பார்க்கும்படி மானசா சுட்டிக்காட்டினாள். அதைப் பார்த்த அடுத்த நொடி பெனாசிர் மானசாவைக் கட்டித்தழுவிக்கொண்டாள். நான் உடல் சிலிர்த்து நின்றேன். மனிதர்களை வெவ்வேறு பின்னணி சூழல்களோடு பதிவு செய்யும் அந்த ப்ளூ மேட் ஸ்டூடியோவில் என்னையும் பெனாசிரையும் வழியனுப்பும் வண்ணம் ஒரு பிரிவுபசார மெய்நிகர் அரங்கத்தை ராகவன் வடிவமைத்திருந்தான்.

அரங்கம் காலியாக இருந்தாலும் மானிட்டரில் தெரியும் காட்சிப்படி நானும் பெனாசிரும் ஒரு கடற்கரையில் ஒரு கப்பல் அருகே நின்றுகொண்டிருந்தோம். எங்களுக்கு மரியாதை செலுத்தும்வண்ணம் கரையில் ஒரு குதிரைப்படை தெரிகிறது. 2D பிம்பங்களாக வடிவமைக்கப்பட்டிருந்த குதிரைவீரர்கள் கைகளில் ஆயுதங்களுக்குப் பதிலாக ஃபோகஸ் லைட்டை, ட்ரைபாடை, பூம் மைக்கை ஏந்திப் பிடித்திருந்தார்கள். கரையின் இன்னொரு முனையில் சில கிழவர்கள் புறா என்று எழுதப்பட்ட கிண்ணத்தில் சூப்

அருந்திகொண்டிருந்தார்கள். ராகவன் தன் 5D கேமராவால் அந்தக் காட்சி அமைப்பை நெருங்கினான். கிண்ணம் விட்டு அவ்வப்போது புறாக்கள் உயிர்த்தெழுந்துகொண்டிருந்தன. இசைத்தளபதிகளின் இறுதிப்போட்டியில் பரவசம் என்ற உணர்வுக்காக அவர்கள் வாசித்த இசையைத் தொகுத்து ஓடவிட்டிருந்தார்கள்.

கப்பல் சூழ் பகுதியில் எதிரெதிரே இரண்டு நீல நிற முக்காலிகள் அமைக்கப்பட்டிருந்தன. என்னையும் பெனாசிரையும் அதில் அமரச்சொன்னார்கள். நீல நிறத்தில் இருக்கும் எதுவும் ராகவன் கணினியில் உருவாக்கிய மெய்நிகர்ச் சூழலோடு சங்கமித்துவிடுவதால் முக்காலிகளில் அமர்ந்ததும் அது கப்பலில் அமரும் தோற்றத்தைக் கொடுத்தது.

எங்களுக்கு ஒரு மாஸ்டர் ஷாட் வைத்தபோதுதான் அந்தக் கப்பலில் 'Kaatrinoodey Lifotainment' என்று எழுதியிருந்ததைப் பார்க்க முடிந்தது. எங்களுக்கு துடுப்பு வழங்குவதற்கு முன் நிலா சுந்தரம் கழுத்தில் மேளம் மாட்டிக்கொண்டு சபை நடுவே நின்று, “இளவரசருக்கும் இளவரசிக்கும் பரிசுப் பொருட்களை வழங்கலாம்” என்று அறிவித்தான். காண்டீபன்தான் ஒரு பூச்செண்டு கொடுத்து அதைத் தொடங்கிவைத்தார். சந்திரபாபு ஒரு புறா பொம்மை கொடுத்தார். பிற நண்பர்கள் இன்முகத்தோடு கைகொடுத்தார்கள். நானும் பெனாசிரும் நெளியத் தொடங்கிவிட்டோம். வார்த்தைகள் வற்றிப் போனோம். எல்லாரும் வெளியேறினார்கள்.

இறுதியாக ராகவனும் மானசாவும் எங்கள் அருகில் வந்து ஆளுக்கொரு துடைப்பத்தை அதாவது துடுப்பைக் கொடுத்தார்கள். தரையைப் பெருக்கியபோது டி.வி. மானிட்டரில் அது தண்ணீரின் அசைவாய்ப் பதிவானது.

“ஒரே வானிலே, ஒரே மண்ணிலே...” – மானசா பொங்கிய கண்களோடு புன்னகைத்தாள்.

கையில் இருந்த துடைப்பத்தைத் தூக்கியெரிந்துவிட்டு நானும் பெனாசிரும் எங்கள் முக்காலிகளை விட்டு எழுந்து மானசா, ராகவன், நிலா மூன்று பேரையும் கட்டித்தழுவிப் புரண்டு விழுந்தோம். யாருடைய முகத்தில் யாருடைய கண்ணீர் என்று புரியாமல் எழுந்தோம். அந்த அரங்க அமைப்பு ஒரு மாயை. எங்கள் கண்ணீர் உண்மை.

நாங்கள் கப்பலேறிய ஒரு சில வாரங்களில் மானசாவின் பிறந்தநாளன்று காற்றினூடேயின் முதல் படப்பிடிப்பு நடந்தது. 'சாக்ஸ் ட்ரேவலர்' என்ற ஆங்கில தொலைக்காட்சியில் தமிழ்நாட்டின் ஜாதீயத்தை வாழ்வியல் கோணத்தில் அணுகும் ஒரு வரலாற்றுப் பயண நிகழ்ச்சி. இந்த நிகழ்ச்சியை உருவாக்கிக்கொண்டிருக்கும் ஒரு பிரபல தயாரிப்பு நிறுவனம், தயாரிப்பின் ஒரு சிறிய ஆவணப்பகுதியை மட்டும் எங்களிடம் ஒப்படைத்திருக்கிறார்கள்.

"ஆரம்பமே வரலாறு படைக்கும் நிகழ்ச்சிடா!" – நிலா சுந்தரம் உணர்ச்சிவசப்பட்டான்.

பெனாசிர் அன்று வாங்கி வந்த சாக்கோ வெண்ணிலா கேக்கை அப்பிக்கொண்டு, ஒரு புகைப்படமெடுத்து அதை ஃபேஸ்புக்கில் அப்லோட் செய்தபோது அதை முதலில் லைக் செய்தது பிரேம்தான். நிலா சுந்தரம் உடனடியாக அந்தப் புகைப்படத்தை நீக்கிவிட்டு மீண்டும் அப்லோட் செய்தான்.

ஆவணத் தயாரிப்புப் பணிகளில் ஐவரும் மும்முரமாக ஈடுபட்டிருந்த அந்த இரவில், உலகப் புகழ்பெற்ற ஓப்ராவின் நிகழ்ச்சி எங்கள் புதிய அலுவலகத்தின் சிறிய தொலைக்காட்சிப் பெட்டியில் ஓடிக்கொண்டிருந்தது. நிகழ்ச்சியின் ஓர் உணர்ச்சி கரமான இடத்தில், "This is full of lifotainment" என்று தொகுப்பாளர் பேசியது அதிர்ச்சியளித்தது. நாம் உருவாக்கிய வார்த்தையை, நமக்குத் தெரிவிக்காமல் வேறு யாரோ பயன்படுத்துகிறார்களே என்று ஒருபக்கம் கோபம் வந்தாலும், இன்னொரு பக்கம் பெருமையாக இருந்தது. நிகழ்ச்சி முடிந்ததும் தயாரிப்பில் ஈடுபட்டவர்களின் பெயர்கள் ஓடின.

Executive Producer Dam Harry

Event Crew Algae Brothers

Research Binary medway solutions

ஐந்துபேரும் கைகட்டி நாற்காலிக் குழிகளில் புதைந்து கொண்டிருந்தபோது, அந்த இறுதிப்பெயர் திரையில் ஓடியது. பொங்கி வந்த ஆனந்தத்தை அதன் போக்கில் விட்டுவிட்டோம்.

Special Thanks - Kaatrinoodey Lifotainment - India.

சுந்தரம் பிள்ளையின் நீண்டகால கனவு, டெரன்ஸ் பாலின் கணிப்பொறியில் ரெண்டர் ஆகியது. ஒரு சேனலில், ஒரு ரியாலிட்டி ஷோவின் முழுமுதல் உருவாக்கத்தையே, ஒரு முப்பத்தொரு வார ரியாலிட்டி ஷோவாக ஒளிபரப்ப வேண்டும் என்ற பிள்ளையின் கனவை ஐவர் குழுவும் விரும்பியது. மேலோட்டமான மேக்கிங் எபிஸோடாக அதை அணுகாமல், அதிநுட்ப முறையில் ஒரு ஸ்டிங் ஆப்ரேஷனாக அதைச் செய்ய விரும்பினார்கள்.

முகம் காட்டாத மெல்லிய கேமராக்களைக் கொண்டும் மூச்சு விடாத ஒலிப்பதிவு கருவிகளோடும் அதை செய்து முடித்திருக்கிறார்கள்.

சுந்தரம் பிள்ளை, ராகவன், டெரன்ஸ் பால், பெனாசிர், மானசா, நிலா சுந்தரம் இந்த ஆறு பேரைத் தவிர, தொலைக்காட்சியின் ஒரு குப்பைத்தொட்டிக்குக்கூட இந்தத் திட்டம் தெரியாது. காண்டீபன் மட்டும் காரணம் கேட்காமல் ஆங்காங்கே உதவி செய்தார். சுவாரசியங்களைப் படமெடுக்க நினைத்தவர்களின் காட்சித்திரையில் பல வில்லங்கமான பதிவுகளும் சேர்ந்துவிட்டன. இது எந்த மாற்றத்துக்கும் உட்படாமல் அப்படியே ஒளிபரப்பாக வேண்டும் என்று சுந்தரம் பிள்ளை உறுதியாக இருந்தார்.

நிகழ்ச்சிக்கு, தானே உருவாக்கிய ஒரு புரோமோ டி.வி.டி.யை எடுத்துக்கொண்டு ஒட்டுமொத்த நிர்வாகத்தையும் சந்தித்திருக்கிறார், பிள்ளை. நிகழ்ச்சியின் முக்கிய அம்சங்களை உள்ளடக்கிய அந்த புரோமோவைப் பார்த்துவிட்டு உரிமையாளர்கள் உறைந்து போனார்கள். 'இது ஒரு சுயவிமர்சனம்' என்ற நிறத்தோடு இந்த நிகழ்ச்சியை நாம் ஒளிபரப்பினால் நம் மதிப்பு கூடும் என்று சபையை அலறவைத்தார், பிள்ளை.

"ஒரு சில முகங்களை மாஸ்க் செய்துவிடலாம்" என்று ஆலோசனையும் வழங்கினார்.

"இது வொர்க் அவுட் ஆகும்னு தோணுது" – சுந்தரம் பிள்ளை ஆச்சர்யப்படும்வண்ணம் சந்திரபாபு கைகொடுத்தார்.

"அந்த இரண்டு பேரும் உண்மையிலேயே வேலைய விட்டுட்டாங்களா? இல்லனா, அது நிகழ்ச்சிக்காக நீங்க எழுதின ஸ்க்ரிப்ட்டா?" – மூத்த உரிமையாளர் சந்தேகத்தோடு கேட்டார்.

"உண்மதான், நான் கையெழுத்துப்போட்ட ஞாபகம் இருக்கு!" – இன்னொரு உரிமையாளர் உறுதிப்படுத்தினார்.

"Sir, this is absolutely unscripted end to end. ஒவ்வொரு ஃப்ரேமும் உண்மை!" – சுந்தரம் பிள்ளை பெருமிதத்தோடு சொன்னார்.

உரிமையாளர்களும், அந்த புரோமோவை மீண்டும் மீண்டும் காட்டச்சொல்லி பார்த்துக்கொண்டிருந்தார்கள். "கொஞ்சம் பயமாத்தான் இருக்கு!" என்று சிரித்தார்கள். முழு நிகழ்ச்சியையும் பார்த்துவிட்டு முடிவெடுக்க விரும்புகிறார்கள்.

குளிப்பாட்டி, கலர் கரெக்‌ஷன் செய்யப்பட்டு முப்பத்தொரு எபிஸோட் தயார்நிலையில் இருக்கிறது. சுந்தரம் பிள்ளையும், 'Kaatrinoodey Lifotainment Services' தயாரிப்பு குழுவும் ஒளிபரப்பு அனுமதிக்காகக் காத்துக்கொண்டிருக்கிறார்கள்.

●